తెల్లరొమ్ము నల్లరొమ్ము

ప్రపంచ అనువాద కవిత్వం

జాని తక్కెడశిల

Ukiyoto Publishing

All global publishing rights are held by

Ukiyoto Publishing

Published in 2024

Content Copyright © Johny Takkedasila

ISBN 9789362698988

All rights reserved.

No part of this publication may be reproduced,

transmitted, or stored in a retrieval system, in any

form by any means, electronic, mechanical,

photocopying, recording or otherwise, without the

prior permission of the publisher.

The moral rights of the author have been asserted.

This is a work of fiction. Names, characters,
businesses, places, events, locales, and incidents are
either the products of the author's imagination or
used in a fictitious manner. Any resemblance to
actual persons, living or dead, or actual events is
purely coincidental.

This book is sold subject to the condition that it shall

not by way of trade or otherwise, be lent, resold,

hired out or otherwise circulated, without the

publisher's prior consent, in any form of binding or

cover other than that in which it is published.

www.ukiyoto.com

అంకితం

జనవరి 25 2024న
నా భార్య 'నగ్మా ఫాతిమా' మళ్లీ జన్మించింది
తనతో పాటు 'Alham' కూడా
వారిద్దరికీ ప్రేమతో

ప్రపంచంలోకి

ఉలి-సుత్తి	1
తరువాత	2
గదిలో ప్రేమించుకున్న తర్వాత	4
నీ చేతులు	6
మాటలు లేని చోట	9
జనహితమైన పని	11
దిశ	13
నేను కవయిత్రిని	14
ఇసుక	16
ఎవరు?	18
స్రవించే గీతలు	22
ఐరిష్ చరిత్ర	24
స్నేహితుడు	25
పేరులేని బాధ	27

స్త్రీ హృదయం	29
వంశం	30
కొన్ని పదాల తర్వాత	31
నేను నిద్రిస్తున్నప్పుడు	35
సర్దుకునే సమయం	36
ఏడవ అంతస్తులో ఒంటరి నిర్బంధం	37
పదం	39
అపరిచితులు	41
రాయి మరియు అల	43
ఒక టెలిఫోన్ సంభాషణ	45
తెల్ల రొమ్ము నల్ల రొమ్ము	47
ఆమె	49
కుట్టుమిషన్	51
లోతైన భూమి నుండి	54
నన్ను నేను విడిపించుకోవడం	57
విధి	59

సగం నిద్ర - సగం మరణం	60
'కివి' పాట	61
వర్షంతో తయారు చేయబడింది	63
పుట్టుకకు ముందు	64
పల్లె మరియు నేను	65
కనురెప్పల కింద	66
తెగిన వేలు	67
ఇల్లు	69
చీకటి ఆలోచనలు	71
దయగల దేవుళ్ళు లేరు	72
దొంగ	74
మార్గాలు	76
సైనికేతర ప్రకటనలు	77
ఈ ప్రపంచంలో	80
నీటి మీద	82
ఒక న్యాయమైన చారిటీ కోసం	84

ముందుకు	85
సొతానుకు శ్లోకం	87
మధ్యాహ్నం	102
మూసివేసిన మార్గం	104
నాకు బలాన్ని ఇవ్వు	105
స్వప్న సుందరి	107
వృద్ధాప్యంలో	109
మత్స్యకార మహిళ	111
చిట్టి పాదాలు	113
నేను ఒంటరిగా లేను	115
పైన్ అడవి	116
నువ్వు లేకుండా	118
బరువైన రోజులు	120
పొలాల మీదుగా	121
మహాసముద్రాలు	122
నిండు చంద్రుడు	123

ఎల్లప్పుడూ	124
రాణి	126
మళ్లీ మళ్లీ జీవితంలోని చెడును చూశాను	128
మరచిపో	129
బడి పిల్లల కోసం	131
వెదురు వేణువు	133
ఓ తల్లీ	136
ఆకాంక్ష	138
వెనక్కి తిరిగి చూడలేదు	140
ఖాళీ స్థలం	143
బిగ్ బ్యాంగ్	145
యవ్వనం	147
వెలుగును ఇవ్వగలవా?	149
పాకిస్తాన్	151
చివరి రోజు	155
శంఖు చక్రాలు	157

వేళ్లను కత్తిరించుకుంటూ	160
జనవరి 26	163
దారి మళ్లింపును ఉపయోగించండి	165
ట్రాఫిక్ జామ్	167
న్యూఢిల్లీలో కొత్తదేమీ లేదు	168
న్యూస్ పేపర్	169
చివరి లేఖ	171
Thumecal (దేవుడా నిషేధించు)	173
చట్టవిరుద్ధం	176
చాలా ప్రేమ	179
నగ్నం	182
ఇప్పటికి నేను ఉదయిస్తాను	185
అసాధారణ స్త్రీ	189
న్యూయార్క్‌లో మేల్కొలుపు	193
పంజరపు పక్షి	195
మాతృత్వపు నల్లదనం	198

పల్స్ ఆఫ్ మార్నింగ్	200
మెరుపుల నృత్యం	202
చిలిక	204
నా మరణ సంవత్సరంలో	206
ఇక్కడ నుండి	207
నాలుగు మాటలు	209
జీవితసూచిక	213
About the Author	221

ఉలి - సుత్తి

పాత దేవుళ్లు అస్తమించి
కొత్త దేవుళ్లు ఉదయించారు
నా కన్నులే సాక్ష్యం.

రోజులు, వారాలు,
నెలలు, సంవత్సరాలు రాలిపోయాక
కొన్ని విగ్రహాలు ముక్కలౌతాయి
మరికొన్ని సూర్యుడిలా
నిద్ర లేస్తాయి.

ఈరోజు నుండి
నేనూ
ఉలిని, సుత్తిని పూజిస్తాను.

English: Carl Sandburg, American,
January 6, 1878 - July 22, 1967

తెల్లరొమ్ము నల్లరొమ్ము ⚛ 1

తరువాత

నీ స్వరం నన్ను అనువదించింది,
అదొక స్పష్టమైన జ్ఞాపకం.

నువ్వు నా చేతులు, మాటలను
ఎందులోనో బంధించుకున్నావు
ఇప్పుడదంతా పక్షులపాలైంది.

నువ్వు సంతకం చేయడానికి, అనువదించడానికి
దారితీసింది ఏమిటి?
నీ పటిమ నన్ను ఉక్కిరిబిక్కిరి చేసింది.

ఇతరులు ఎగతాళి చేయడంతో
చెవిటివాడిగా మారిపోయావు.
నీ చెవులు వినడానికే అలవాటుపడ్డాయి.

నన్ను మరొకసారి అనువదించు

జాని తక్కెడశిల ✿ 2

నాకు చాలా ఇష్టం
మనమెలా పాడగలమోనని!

మరణం ఒక క్రూరమైన వ్యాఖ్యాత;
తర్వాత ఏదీ అనువదించనీయదు.

English: Raymond Luczak, American,
సాహిత్య ప్రస్థానం మాస పత్రికలో

గదిలో ప్రేమించుకున్న తర్వాత

ఇక్కడెలాంటి మాయాజాలం లేదు
ఇతరులలాగే కలిశాము
నువ్వు నా కోసం ఎలాంటి అద్భుతాలు చేయలేదు
నేను కూడా అంతే!

నువ్వు గాలి, నేను సముద్రం-
అయినా ఎలాంటి వెలుగూ లేదు
నేనేమాత్రం ఆసక్తి లేకుండా కొలనులా పెరిగాను-
ఒడ్డు పక్కన.

తుఫాను బారిన కొలను పడదు కానీ
అనేక ఆటుపోట్లకు గురౌతుంది,
సముద్రం కంటే చేదుగా పెరుగుతుంది-
శాంతి కోసం.

(కవితను స్త్రీ కోణం నుండి చూడాలి)

English: Sara Teasdale, American,
August 8, 1884 - January 29, 1933

నీ చేతులు

నన్ను కొద్ది కొద్దిగా బూడిద చేశాయి, నీ చేతులు.

బహిరంగ అగ్ని పులకింపజేసింది, నేను ఒప్పుకుంటున్నాను - నీ చేతులు.

చిరుతపులి, రాత్రిపూట తెల్లని ఆహారం కోసం వెతుకుతుంది.

సహజంగా అప్పుడు, నా చెంప మీద బలమైన శబ్దం- నీ చేతులు.

నువ్వు వేడుకున్నప్పుడు, నీ పుల్లని కన్నీళ్ల పాలలో కృంగిపోయాను:

నా బాధ తీవ్రమైన లోతైనది, రక్షించండి. ఈ ఉంగరంతో కట్టుబడ్డాను, నీ చేతులు.

నువ్వు నన్ను దేవత, వేశ్య, నాలో సగం, నా ఆత్మ అంటావు.

బాస్టర్డ్, మోసగాడు, విశ్వాస ఘాతకుడు, కపటుడని పాడుతాను, నీ చేతులు.

గొప్ప మగవాళ్లు వెన్నముక అవుతారు, వాళ్ల పేర్లు నక్షత్రాలౌతాయి.

భక్తి, కామం నీ చేతుల్లో నలపబడ్డాయని తెలిసి, వాళ్లు కూడా కాలిపోతారు.

నేను స్మశానవాటిక నుండి వెలికితీయబడతాను.

బిచ్చగాడు ఒక నాణెం, దానితో పాటు నీ చేతులనిచ్చాడు.

నాలాంటి స్త్రీని కనుగొని, తన ముసుగునెత్తాను.

దానివెనుక: చనిపోయిన పక్షులు, చెదిరిపోయిన రంగులు, వెచ్చని గాలి, నీ చేతులు.

ప్రేమికులు ఆయుధాలు తీసుకున్నప్పుడు, ప్రేమ కీర్తిని పొందుతుందన్నావు.

నేనెన్ని చంపినా అధిగమించలేకపోతున్నాను, నీ చేతులు.

అడవి బంజరు భూమిలో మృగాన్ని ప్రేమించనివారెవరు?
ఇది బంగారం కాదు, గాయం: నీ చేతులు.

English: Shannan Mann, Indian-Canadian

మాటలు లేని చోట

మాటలు లేవు
వెంట్రుకలు మాత్రమే
పచ్చదనం లేని లోకంలో
నా రొమ్ములు రాజులు.

పనులు లేవు
నా చర్మం మాత్రమే
చీమలు నా కాళ్ళ మధ్య పాకుతాయి
శ్రమిస్తున్నప్పుడు నిశబ్దపు ముసుగు ధరించండి.

రాత్రి పరమ సుఖం:
లోతైన శరీరంలో
నీచపు కత్తులు రాజ్యాలేలినప్పుడు
నేను మరణిస్తాను,
నువ్వు జన్మిస్తావు.

తెల్లరొమ్ము నల్లరొమ్ము ❁ 9

French: Joyce Mansour, Egyptian-French,
25 July 1928 – 27 August 1986

ఆంగ్లానువాదం: ఎమిలీ మూర్‌హౌస్

జనహితమైన పని

అదొక అద్భుతమైన దృశ్యం!

వర్షించి వర్షించి
ఇందాకే కాస్త విరామం ఇచ్చింది
పంటపొలాలు వ్యవసాయానికి సిద్ధమయ్యాయి.

ఒక విరిగిపోయిన పరిష్కారం
కంచెపై పడింది.

అక్కడొక పక్షి
తన ముక్కుతో పరిష్కారాన్ని
మళ్లీ మళ్లీ
మళ్లీ మళ్లీ
ఎత్తడానికి ప్రయత్నిస్తోంది.

నేనా దృశ్యాన్ని చూసి

పరిగెత్తుకుంటూ వెళ్లాను
ఎందుకంటే?
జనహితమైన పనిలో
నా అవసరం ఎంతైనా ఉంది.

Hindi: Kedarnath Singh, Indian,

Jnanpith Awardee- 2013

దిశ

స్కూల్ బయట గాలిపటం
ఎగురవేస్తున్న పిల్లవాడిని
హిమాలయాలు ఎక్కడున్నాయని అడిగాను?

పిల్లవాడన్నాడు అక్కడే అక్కడే
ఎక్కడైతే తన గాలిపటం ఎగురుతోందో
అక్కడే హిమాలయాలున్నాయని.

నేను స్వీకరించాను
నాకు తొలిసారి తెలిసొచ్చింది
హిమాలయాలు ఎక్కడున్నాయన్నది.

Hindi: Kedarnath Singh, Indian, UttarPradesh,
Jnanpith Awardee- 2013

నేను కవయిత్రిని

నువ్వంటావు
కాస్త సౌమ్యముగా ప్రేమించమని
ప్రేమించు; ఎలాంటి చింత లేకుండా
ప్రేమించు; ఇక్కడే ఈ క్షణంలోనే
ప్రేమించు.. ప్రేమించు.. ప్రేమించు

నువ్వంటావు
ఎలాంటి పోరాటాలు, ఆటంకాలు
పెట్టకుండా ప్రేమించుమని

కానీ

మీ అబ్బాయిలకు తెలియదు
నేనొక కవయిత్రినని
నేను ఎప్పుడైతే ప్రేమిస్తానో
అప్పుడు నాకు రక్తస్రావం అవుతుంది

జాని తక్కెడశిల ✿ 14

Malayalam, Unknown writer,
Originally written in english
Indian, kerala

ఇసుక

నీ కోరిక మేరకు
ఇసుకనౌతాను.
నీ వేళ్ల మధ్య నుండి జారిపోతాను,
ప్రతి రాత్రి
అలల పోట్లకు కొట్టుకుపోతాను.
నువ్వు నాతో కలలు కన్న తర్వాత
విసిరేయబడతాను.

నీ కోరిక మేరకు
ఇసుకనౌతాను.

కానీ
దానికున్న విలువెంత?
నేనింకా
ఏదో కావాలని కోరుకుంటున్నాను.

English: Kristina Mahr, American

భావపురి మాసపత్రిక, అక్టోబర్-2023

ఎవరు?

ఎవరు
ఎవరికంటే
ఎక్కువ
అమానవీయం?

ఎవరు
ఎవరికంటే
ఎక్కువ క్రూరులు?

ఎవరు
కొట్టబడ్డారు,
రక్తసిక్తమయ్యారు,
విరిగిపోయారు.

ఎవరు
ఎవరి కంటే

జాని తక్కెడశిల ❀ 18

ఎక్కువ ఆయుధాలు
కలిగి ఉన్నారు?

ఎవరు
దాక్కున్నారు,
చనిపోతున్నారు,
సంతాపాన్ని ప్రకటిస్తున్నారు.

ఎవరు
నిర్జీవమయ్యారు,
బాధపడ్డారు,
దొంగలించబడుతున్నారు,
ఆకలితో అలమటిస్తున్నారు,
చిక్కుకుపోతున్నారు.

ఎవరు
ఆసుపత్రిలో,
ఎవరు
పండుగలో,

తెల్లరొమ్ము నల్లరొమ్ము ❀ 19

ఎవరు
నిద్ర లేస్తున్నారు,
ఎవరు
నిద్రకు సిద్ధమౌతున్నారు.

ఎవరు
గుక్కెడు నీరు లేకుండా!

ఎవరు
ఇంటికి దూరమై,
సడలిన విశ్వాసంతో.

ఎవరి భూమి,
ఎవరి చరిత్ర,
ఎవరి మసీదు,
ఎవరి ఆలయం,
ఎవరి కోపం,
ఎవరి భయం.

ఎవరు
పసికందును
సంకలో పెట్టుకొని
నడుస్తున్నది.

English: Susan Dambroff, American

Susan Dambroff: 'ఎవరు' అనేది ఇజ్రాయెల్-హమాస్ యుద్ధం యొక్క సంక్లిష్టత, సందర్భం గురించి హృదయ విదారకంతో మాట్లాడే ప్రయత్నం.

స్రవించే గీతలు

కలం సున్నితంగా
కాగితాన్ని సంప్రదించిన తర్వాత,
గీతలకు మించిన రహస్యాలు
చుక్కలు చుక్కలుగా స్రవిస్తాయి.
కొందరికి అదొక చూడముచ్చటైన వినికిడి.

కలం శాంతంగా కదులుతుంది.
ఊహించుకోండి!
పదాలుగా చెప్పకముందే,
అక్షరాలకు తియ్యదనాన్ని అద్దాలి.
మొన.. కాగితాన్ని ముద్దాడగానే,
పదాల మాంసం నుండి
తీపి తప్ప మరేం స్రవించగలదు?
కలం గొంతు
అనేక విషయాలపై సంభాషిస్తుంది.

జాని తక్కెడశిల ☸ 22

కలం-
గీతల మీద స్రవిస్తున్న సమయంలో
మొన-
అందమైన పాటలను పాడుతుంది.

తీపి పెదవులు
స్రవించే గీతల మార్గాన్ని అనుసరిస్తాయి.
మాట్లాడే ప్రతి గొంతులో గౌరవం ఉంటుంది.
అది కలం యొక్క సున్నితమైన కదలిక.
అదే గీతలను స్రవించేలా చేస్తుంది.

English: Tamikio L Dooley, American
సంచిక వారపత్రికలో

ఐరిష్ చరిత్ర

దానితో సమస్య ఏమిటంటే
అది చాలా ఎక్కువగా,
బంగాళదుంపల మూటలా
వీపుపై బరువుగా ఉంటుంది.
వాక్యానికి భావం కట్టుబడినట్లే
అది మనకు కట్టుబడి ఉంటుంది.

English: Jim Feeney, Ireland

స్నేహితుడు

మేమొక టేబుల్ దగ్గర కూర్చున్నాము.
అతన్నాడు,
వస్తువులను పొడుస్తుంటాయి
నన్ను తాకవచ్చు
నీ చేతులను కత్తిరించుకోమని.
        సరేనన్నాను.

టేబుల్ మీద ఆహారం చల్లబడింది.
అతన్నాడు,
శుభ్రంగా లేదు, శృంగార వాసన వస్తోంది
అది నా మనసును గాయపరుస్తుంది
నీ శరీరాన్ని కాల్చుకో.
        సరేనన్నాను.

నిన్ను ప్రేమిస్తున్నాను అన్నాను.
చాలా మంచిదన్నాడు.

నాకు ప్రేమించబడటం ఇష్టం,
అది నాకు సంతోషాన్ని ఇస్తుంది.

ఇంతకీ నీ చేతులను కత్తిరించుకున్నావా?

English: Marge Piercy, American,
Born March 31, 1936

పేరులేని బాధ

నాకున్న దాంతో సంతోషంగా ఉండాలి:
భార్యగా, తల్లిగా - అవునా?
సంతృప్తి చెందడానికి సరిపోతాయి కదా?
ఇంకేం కావాలి?

నిశబ్దమైన ఇల్లు, ఉత్తమ ఇల్లాలు,
ప్రతి రోజూ అదే రోజులా
నిన్నటి నీడను ఈరోజు కూడా చూస్తున్నాను
పిల్లల నుదుటి జుట్టు నల్లబడింది.

ప్రపంచంలో జరిగేవి నా దగ్గరకు రావు,
కనీసం బిచ్చగాడు కూడా తన కష్టాలను మోసుకురాడు;
నా దగ్గర అధికారం, గాయాన్ని మాన్పే కళ లేదు
గాయపడిన ఆత్మ లేదా విరిగిన మనసుతో.

నా కాలపు కవులను చదివాను,

తెల్లరొమ్ము నల్లరొమ్ము ❀ 27

పంజరంలోని కమలాన్ని తినడం;
నేను కళను చదవగలను కానీ కళ చనిపోయింది.

తినిపించమని కేకలు పెట్టేవాడికి
ప్రకృతి ప్రసాదించిన కఠినమైన రొమ్ముల నుండి పాలు,
కామపు చూపులను విసిరే పనివాడు
విశ్రాంతి కోసం ఆరాటపడతాడు.

ఇది నా వెర్రి కోరిక! నేనింకా సన్నబాడాలి
నా కోసం వేరే ఏమైనా ఉందా?

English: Elizabeth Barstow Stoddard,
American,
May 6, 1823 – August 1, 1902

స్త్రీ హృదయం

స్త్రీ హృదయం
తెల్లవారుజాముతో ముందుకు కదులుతుంది
ఒంటరి పక్షిలా, మృదువైన రెక్కలతో, విరామం లేకుండా
చాలా దూరం తర్వాత
జీవితపు బురుజులు, లోయలు మసకగా కనపడతాయి
శబ్దాలు తాకిడి తట్టుకోలేక
హృదయం ఇంటికి రమ్మంటుంది.

స్త్రీ హృదయం రాత్రికి
గ్రహాంతర పంజరంలోకి చేరుకుంటుంది. తన దుస్థితి,
కలల నక్షత్రాలను
మర్చిపోడానికి ప్రయత్నిస్తూ విఫమౌతుంది.
విఫలమౌతూ, విరిగిపోతూ;
    బార్లకు ఆశ్రయంగా.

English: Georgia Douglas Johnson, American,
September 10, 1880 – May 15, 1966

వంశం

అమ్మమ్మలు బలంగా ఉండేవారు.
నాగలిని మోశారు, శ్రమించారు,
విత్తనాలు విత్తే పొలాల గుండా నడిచారు,
భూమిని తాకారు, ధాన్యం పండింది.
దృఢంగా, గానంతో నిండిన మనసులు వాళ్లవి.
అమ్మమ్మలు బలంగా ఉండేవారు.

అమ్మమ్మలు ఎన్నో జ్ఞాపకాలతో
సబ్బు, ఉల్లిపాయలు మరియు తడి మట్టి పరిమళంతో
చేతుల మీద నరాలు కరుగుగా పాకేవి.
మాట్లాడడానికి, ఇతరులకు చెప్పడానికి
వాళ్ల దగ్గర చాలా స్వచ్ఛమైన పదాలు ఉండేవి.
అమ్మమ్మలు బలంగా ఉండేవాళ్లు
నేను వారిలా ఎందుకు లేను?

English: Margaret Walker, American,
July 7, 1915 - November 30, 1998

జాని తక్కెడశిల ✿ 30

కొన్ని పదాల తర్వాత

[గాజా పిల్లల కోసం]

నాన్న వెచ్చని అరచేతులు నా చెవులకు రక్షణగా నిలిచాయి. అతని చేతుల నరాల్లో వేగంగా రక్తం ప్రవహించడం గమనించాను. బయట పడుతున్న బాంబులు వెంబడిస్తున్నట్టు అనిపించింది. అమ్మ పెదవులు భీతిల్లిన సీతాకోకచిలుకలా రెపరెపలాడాయి. ఆమె దేవుడితో మాట్లాడుతూ మమ్మల్ని రక్షించమని కోరింది. చివరి యుద్ధ సమయంలో ఆమె చేసింది అదే. దేవుడు విన్నాడు కూడా. ఆమె చేతులు నా ఇద్దరు చెల్లెల్లను చుట్టుకున్నాయి. బహుశా దేవుడు ఈసారి ఆమె మాట వినలేదు. బాంబు పేలుడు చాలా బిగ్గరగా జరిగింది. జబాలియాలోని మా ఇల్లు ధ్వంసమైన తర్వాత మేము UNRWA పాఠశాలలో దాక్కున్నాము. కానీ అక్కడ కూడా బాంబులు మమ్మల్ని అనుసరించాయి.

మమ్మల్ని కనుగొన్నారు.
***

అమ్మా, నాన్న అబద్ధం చెప్పారు
మేము కలిసి ఉండలేకపోయాము
గంటల తరబడి ఒంటరిగా నడిచాను

వాళ్లు అబద్ధం చెప్పారు
దేవదూతలు లేరు
కేవలం మనుషులు నడుస్తున్నారు
అందులో చాలామంది పిల్లలు

టీచర్ కూడా అబద్ధం చెప్పారు
బడిలో చదువుకున్నట్టుగా
నా గాయాలేమి ఎనిమోన్స్ గా మారలేదు
***
సిద్ధూ, అబద్ధం చెప్పలేదు
చనిపోయేముందు
వాగ్దానం చేసినట్లుగానే
అతనక్కడే ఉన్నాడు

అతన్ని కనుగొన్నాను

Jaffa నగరం గురించి ఆలోచిస్తూ
చెరుకుగడల దగ్గరికి చేరుకున్నాడు
నన్ను చూడగానే
డేగ లాగా
రెండు చేతులను వెడల్పు చేశాడు
అలసిపోయిన డేగలా, చెరుకుతో;
కౌగలించుకున్నాము
అతను నా కన్నులను ముద్దాడాడు
***
-మనం Jaffaకు వెళ్తున్నామా, సిద్దూ?
-వెళ్ళలేము
-ఎందుకు?
-మనం చనిపోయాము
-మనం స్వర్గంలో ఉన్నామా, సిద్దూ?
-మనం పాలస్తీనాలో ఉన్నాము హబీబీ
-పాలస్తీనాయే స్వర్గం
***

-మరియు నరకం కూడా.

-మనమేం చేద్దాం?

-ఎదురుచూద్దాం

-దేనికోసం?

-ఇతరుల కోసం

***

వెనక్కి వెళ్లడానికి

English: Sinan Antoon, Iraq

Jaffa: నగరం, ఎనిమోన్స్: పువ్వు పేరు

నేను నిద్రిస్తున్నప్పుడు

నేను నిద్రపోయినప్పుడు
సమయం నన్ను వృద్ధుడిని చేసింది.
అది చేసిన ద్రోహాన్ని
నేనెప్పుడు క్షమించను.

నా శరీరంపై
ఎంతో చాకచక్యంగా అంటుకుపోయిన
ఈ వృధాప్యాన్ని అంగీకరించను
గడ్డిపరకల్లో,
నీటి బిందువులలో దాక్కుంటాను.
దాని ముడతలు పడిన చేతుల నుండి
జారిపోతాను.

English: Navtej Bharati, Indian, Punjabi,

Born: 5 February 1938

సర్దుకునే సమయం

త్వరలో ఈ ఊరిని వదిలి వెళ్లిపోతాను
సూట్‌కేసు బరువుగా ఉండకూడదు
వస్తువులు, వ్యక్తులకు
చాలా స్థలం కావాలి.
మురికి గది నుండి ఒక గోడ
              దానిపై ఉన్న పోస్టర్ తో సహా
ఒక స్ట్రాబెర్రీ మరక
రెండు లేదా మూడు పూర్తి సాయంత్రాలు
              వాటిని నాతో తీసుకెళ్తే!
అవి బరువుగా ఉండవు, దారిలోకి వస్తాయి
లేదా స్కానర్ వాటిని కనిపెట్టలేదు.

Bulgarian: Boryana Neykova, Bulgaria

English: Irina Ivanova, American

జాని తక్కెడశిల ✿ 36

ఏడవ అంతస్తులో
ఒంటరి నిర్బంధం

ఒకరోజు
నా పెదవులను చించి
మిఠాయిలా తింటాను.

ఒకరోజు
నా ఛాతీని చీల్చివేస్తాను
ఎందుకంటే?
దేవదూతలను సేకరించడానికి
నేనేమి అనాథను కాదు.

ఒక రోజు
తలుపు తీసేసి
ప్రపంచంలోని రంధ్రం కోసం
బయలుదేరకుండా

తెల్లరొమ్ము నల్లరొమ్ము ❀ 37

నిరోధించడానికి
దాని స్థానంలో నిలబడతాను.

Arabic: Mazen Maarouf, Palestinian–Icelandic

English: Kareem James Abu-Zeid &

Nathalie Handal

పదం

ఉదయాన్నే
వేరొకరి కల నుండి
ఒక పదం కుట్ర పన్నడానికి
నన్ను చూస్తుంది.
నేను కళ్ళు తెరవగానే
ఆ పదం,
సొగసైన సైగతో
నన్ను తీసుకుంటుంది.

ఒంటరి పదం
మరణాంతక రోగి:
బాధ, అరుపు
బహుశా ప్రాణాపాయం.
అసూయపడుతున్నాను-
అది నన్ను పట్టుకునేలోపు ఎగిరిపోయింది.

6.28.1995

Chinese: Liu Xia, China

English: Ming Di & Jennifer Stern

అపరిచితులు

పదాలు అసంపూర్ణ సూచికలు
లేదా
ఒక పదం పరిపూర్ణ సంకేతకం
నాకింకా తెలియదు
నేను, నా భాష
భిన్నమైన ప్రపంచాలు
కాబట్టి
నేను పదాలను ఉపయోగించను
అవగాహన కల్పించలేకపోయాను
భాష హృదయానికి
వారధిలా ఉపయోగపడదు.
మీరు ఒక్క పదాన్ని కూడా
పీల్చుకోకండి.
తప్పుగా అర్థం చేసుకోవచ్చు.

వాళ్లు చెప్పారు-

తెల్లరొమ్ము నల్లరొమ్ము ⚛ 41

వీణపై విప్పిన సంగీతం
మధురంగా ఉంటుందని.
నన్ను వివాదాల్లో, వాదనల్లో
ఇరుక్కోనివ్వకండి.
మీరు,
మీ మాటలను ఉపసంహరించుకోండి.
నా సంగతి నేను చూసుకుంటాను.
అపరిచితుల్లా జీవిద్దాం.

Burmese: Tin Moe, Burma

English: Maung Tha Noe

రాయి మరియు అల

మనం కలిసినప్పుడు
యుద్ధం జరుగుతుండేది
అప్పుడు నువ్వు వెనక్కి తగ్గాలి
ప్రక్షాళన, పొగలు కక్కడం,
ఉద్వేగభరితంగా సుడులు తిరగడం,
వేగంగా పాకడం.
నేనింకా మిగిలే ఉన్నాను,
మళ్ళీ నశించాను.

నువ్వు గర్జిస్తున్నప్పుడు
నేను కుంగిపోయాను
మనం కలిసినప్పుడు
యుద్ధం జరుగుతుండేది
కానీ
నువ్వు వెనక్కి తగ్గినప్పుడు
నీ కన్నీళ్ల ఉప్పును కోల్పోతాను.

Burmese: Myo Myint Swe, Burma

English: Lyn Swe Aye

ఒక టెలిఫోన్ సంభాషణ

ప్రియమైన చిట్టి ఉడుత, నువ్వు నా మాట వినగలవా? నేను నీతో మాట్లాడినప్పుడు

నా మాటలు అర్థమౌతున్నాయా? నేను నిన్ను ఎత్తుతున్నట్లు ఫీల్ అవుతున్నావా?

మెత్తగా, నల్లగా ఉన్న మురికి గుంతలో నిన్ను పాతిపెట్టడానికి స్థలాన్ని దాటుతున్నప్పుడు, నువ్వు కీటకాల శబ్దాలను, గాలి యొక్క శ్వాసను విన్నావా? నీకు తెలుసా; శాశ్వతత్వం అంటే ఏమిటో?

ఒక విమానం దాటినపుడు క్షణకాలమైన నీడ, మందగించిన వర్షం కావచ్చు. నువ్వు గమనించావా

నేను నీ గురించి ఆలోచిస్తున్నానని? నువ్వు ఇకపై లేవనే దాని గురించి, మిగిలిన వారందరిలో ఉండవని; నువ్వు ప్రత్యేకం, మేమెంతా ప్రత్యేకంగా ఉన్నట్లే.

ఉదాహరణకు నేను తండ్రినని నమ్ము,

నేను కొడుకునని నమ్ము.

Norwegian: Rune Christiansen, Norway

English: Agnes Scott Langeland

తెల్ల రొమ్ము నల్ల రొమ్ము

నా తల్లికి తెల్ల రొమ్ము, నల్ల రొమ్ము ఉంది.

నిద్ర లేవగానే తెల్లటి రొమ్మును చేతిలోకి తీసుకొని,

దానిని నా పెదవులపైకి ఎత్తి తాగు నా బిడ్డా అంటుంది.

నేను చాలా తియ్యనైనా, మందపాటి తెల్లని పాలను తాగుతాను.

తర్వాత తన వేళ్ళ మధ్యనున్న నల్లని చనుమొనను పిండి

నా ముఖం దగ్గరగా పెట్టి తాగు నా బిడ్డా అంటుంది.

నేను.. చీకటి, అనంతమైన చేదు పాలను తాగుతాను.

నా తల్లికి తెల్ల రొమ్ము, నల్ల రొమ్ము ఉంది.

పగటిపూట, పావురం లాంటి తెల్లటి రొమ్మును చేతిలో తీసుకొని,

గుసగుసలాడుతుంది: ఇది ప్రపంచపు కాంతి;

రాత్రి సమయంలో నిట్టూర్పుతూ, నల్లని రొమ్మును పిండేటప్పుడు

మొరపెట్టుకుంటుంది: ఇది చీకటని.

నా తల్లికి తెల్ల రొమ్ము, నల్ల రొమ్ము ఉంది.

కొన్నిసార్లు తెల్లని రొమ్మును సూర్యుడికి చూపిస్తుంది,

నల్లని రొమ్మును చొక్కా కింద దాచుతూ పాడుతుంది:
ఆకలిని తీర్చే పాలు ఇవే,

తన ముఖం అమరమైన చిరునవ్వుతో ప్రకాశవంతంగా
ఉంటుంది.

కానీ నా పెదవులు నల్లని రొమ్ము కోసం వెతుకుతాయి

పవిత్రమైన రాజీనామాతో

తన చేతిలోకి తీసుకొని నా పెదవులకు అందిస్తూ: తాగు
నా బిడ్డా,

విపరీతమైన ఆకలిని ఇచ్చే పాలను

మరింత ఆసక్తిగా, అత్యాశతో తాగుతాను.

నా తల్లికి తెల్ల రొమ్ము, నల్ల రొమ్ము ఉంది.

Spanish: Horacio Castillo,

The Argentine Republic

English: Samuel GrayJuly

ఆమె

ఒక ముద్దు
ప్రపంచాన్ని స్తంభింపచేస్తుంది
ఊపిరి పీల్చుకోవడంలో, కన్నీటి ఉప్పు రుచి
అంతా ఆమెదే.

ఏకాంత రాత్రిలో
ప్రేమతో కూడిన నీలి నక్షత్రాలను
ఉబ్బిన ఆకాశం కప్పేస్తుంది.

శరీరాన్ని తెరిచిన వెంటనే
రక్తనది ఆకాశాన్ని తడి చేసింది.
చంద్రుని ముక్కలను ధరించడంతో,
శరీరాల వెలుగు కనిపించదు,
చివరి ఘడియల చీకటిలో
అలవాటైన గూళ్ల నుండి బయలుదేరాము.

తెల్లరొమ్ము నల్లరొమ్ము ✿ 49

ఈ తెల్లవారుజామున
ముత్యాల నవ్వులు
నా పరుపుపై చెదురుమదురుగా పడున్నాయి.

ప్రకాశవంతమైన కాంతి అంటే ఏమిటి,
రాత్రిపూట పారవశ్యంతో
శరీరం స్రవిస్తుంది?
అతను అడుగుతాడు.

Tamil: Prema Revathi, India, TamilNadu

English: Mangai

కుట్టుమిషన్

కుట్టు మిషన్ చేసే నిశబ్ద ఝూంకారం
మా అమ్మ విషాదగీతం.

మా నాన్న దుకాణంలో
రైతు వేసుకునే వస్త్రమయ్యేది,
నన్ను బడికి పంపేది,
ఇంటి ఓనర్ కి సమాధానమయ్యేది,
మందులు కూడా కొనేది.

నా చెల్లి మార్ఫీహ అనారోగ్యం ఎవరికీ అర్థమయ్యేది కాదు,
మందిరంలో కూడా నయమయ్యేది కాదు,
కుట్టు మిషన్ నీడిల్ లాగా
ఎప్పుడూ దగ్గుతూనే...
తన మృదువైన ఎముకల కోరికను
భూమి మాత్రమే తీర్చగలదు.

నా తల్లే నీడిల్ దారం:
మార్జీహ్ యొక్క ప్రతి దగ్గులో,
ప్రతి ఊపిరిలో
తల్లి హృదయ తంతువులు విరిగిపోతాయి.

మా నాన్న వర్షంలో కూడా దుకాణం మూయడు
నేను, ఎవరూ వెళ్ళని చోటుకెళ్ళి,
నాతో నేను మాట్లాడుకుంటాను.

తెలివైనవాళ్లు
మా గురించి పత్రికల్లో వార్తలు రాస్తారు,
నా దేశస్తులు
మజార్ వేడుకల సంతోషాన్ని మర్చిపోయారు.

రాత్రిపూట
నా తల్లి అడుగులు కుట్టుమిషన్ పాదాల మీద:
వణుకుతూ.
తనలో తాను మూసుకుపోయిన

వాకిలే తండ్రి.

ఒక కుండ చేదు 'టీ';
ఫోటో ఆల్బమ్ లో మార్జీహ్ ప్రశాంతంగా నవ్వుతోంది
నేను ప్రతి దాని గురించి ఆలోచిస్తూ.

Dari: Aman Mirzai, Iran
English: Zuzanna Olszewska

మజార్: కొత్త సంవత్సర వేడుక
Marzieh: చెల్లి పేరు

లోతైన భూమి నుండి

నువ్వు వచ్చిన రోజు
ప్రపంచానికి ఊపిరి ఎలా పీల్చుకోవాలో అర్థమయ్యింది.
అకస్మాత్తుగా
వానపాములకు ఎలా పాడాలో తెలిసింది,
భూమి యొక్క ఉపరితలం
జీవించడానికి వణికింది.

మా అమ్మ నా పిండాన్ని
కొన్ని నెలలు లోపలే ఉంచింది.
నేను మెలికలు తిరిగాను,
ప్రపంచం చాలా చిన్నగా అనిపించింది.
గద్గద స్వరంతో కేకలు వేశాను.

గాలి, నన్ను మీ చేతుల్లోకి విసిరేస్తుంది
చేతివేళ్లు, పాదాలు నొప్పిగా, గుచ్చినట్టుగా.

జాని తక్కెడశిల ❀ 54

నీ చూపు ఆకాశాన్ని విప్పుతుంది.
సూర్యుడు ఉదయించి
అస్తమించడం మరిచిపోయాడు.
నువ్వు నన్ను
నీ పెదవులపై, ఛాతీపై ఉంచుకున్నావు.

చంద్రుడిని, సూర్యుడిని, పర్వతాలను,
విశాలమైన గానం చేసే సముద్రాలతో
విశ్వాన్ని చెక్కడానికి
మన చేతులు కలిశాయి.

నా కోసం
నీ మనసులో ప్రేమ జన్మిస్తుంది,
నీ స్వరం ఊపిరి పీల్చుకున్నప్పుడు
ఆనందకరమైన ఆలోచనలు
నా రక్తంలోకి.

నువ్వు మట్టి అవుతావు
నేను కూడా మట్టినౌతాను,

తెల్లరొమ్ము నల్లరొమ్ము ❋ 55

ఒకరోజు నిశబ్దంగా ఒకరిలో మరొకరు కరిగిపోతాము,
వానపాములు గర్భం దాలుస్తాయి
పచ్చిగడ్డి యొక్క పాటను ఎలా పాడాలో వాటికి తెలుసు.

Vietnamese: Nguyen Phan Que Mai, Vietnam

English: Nguyen Phan Que Mai & Bruce Weigl

నన్ను నేను విడిపించుకోవడం

ఒకరోజు
గాలి నన్ను పైకి తీసుకెళ్లింది
కిందున్న చీమను చూశాను
రింగ్ అవుతున్న మొబైల్ ఫోనులో,
అనేక ఫోల్డర్లు కలిగిన ఇమెయిల్ బాక్స్ లో,
ఖైదు చేయబడింది.

ఒకరోజు
గాలి నన్ను పైకి తీసుకెళ్లింది
ప్రశంసలతో బంధించబడిన,
ముందే ఏర్పాటు చేయబడిన అందంలో
ఖైదు చేయబడింది.

ఒకరోజు
గాలి నన్ను పైకి తీసుకెళ్లింది
జత రెక్కలను ఇచ్చి
రెక్కల నుండి విడిపించుకోమనింది
ఆలోచనల కంటే ఎత్తుగా ఎగరమనింది.

Vietnamese: Nguyen Phan Que Mai

English: Nguyen Phan Que Mai & Bruce Weigl

విధి

సముద్రాల అడుగున
దేవుళ్లు పడుకుంటున్నారు
మన నుదుటి రాత గురించి
కలలు కంటున్నారు
కొన్నిసార్లు
వాళ్లు తిరుగుతున్నారు-
తుఫానులు తలెత్తినప్పుడు.

German: Mario Wirz, Germany

English: Renate Latimer

సగం నిద్ర
సగం మరణం

సగం నిద్ర
సగం మరణం.
వసంతకాలంలో నా చేతులు,
నా మనసు బురదలో.
అలా నన్ను నేను మార్చుకుంటాను.

వసంతకాలంలో, వసంతకాలం లేనప్పుడు
చెట్లు లోతుగా ఉంటాయి
అలలు వ్రేళ్ళను కొట్టివేస్తాయి
అలా నన్ను నేను మార్చుకుంటాను.
సగం విజయం
సగం మరణం.

Greek: Nikos Violaris, Greece

English: Peter Constantine

'కివి' పాట

కివి ఒక మనిషి, ఒక మగ జంతువు
ట్రిప్టిచ్ పద్ధతిలో వేలాడుతున్న జననాంగాలతో:

అతను పాడడు, ఎగరడు, అతనికి రెక్కలు లేవు.

అతను గర్భవతి అవ్వడు, రొమ్ములు లేవు.
అతనికి తాజా యోని లేదు.

'కివి' చాలా దూరంగా నివసిస్తాడు:
న్యూజిలాండ్, ఆస్ట్రేలియాలో.

అతను కంగారుకి వ్యతిరేకి,
విపరీతమైన సంతానోత్పత్తి కలిగిన ఆడ జంతువు,
కండలు కలిగి సొగసుగా ఉంటుంది.

'కివి' కంగారో యొక్క పాట వింటాడు

తన బలహీనమైన కాళ్ల కింద
కాంతి మెదలడం మొదలైంది.

ఆ తర్వాత, 'కివి' స్వయంగా పాడటం మొదలెట్టాడు.

Spanish: David Huerta, Mexico, America

Translated from Spanish by Mark Schafer,
March 4, 2009, Mexico

Triptych: సిలువ వేయడాన్ని వర్ణించే పద్ధతి

Kiwi: మనిషి పేరు

వర్షంతో తయారు చేయబడింది

మనం ఎన్నో వింతవి చూస్తుంటాము
చంద్రుడు ప్రకాశించడం, క్లుప్తంగా మెరవడం
చేపల మీద వెలుగుపడటం, నదిలో ఉన్న ఆల్గే
పక్షులు ఒడ్డున దిగి వెళ్లిపోతాయి,
మట్టి, కొమ్మలను రవాణ చేస్తాయి.

గాలి తాజాగా ఉంటుంది.
జననం, పెరగడం, మరణం
మన చుట్టూ తిరుగుతాయి.

Chinese: Xiao Kaiyu, China

English: Alistair Noon

Algae: కిరణజన్య సంయోగక్రియ, యూకారియోటిక్
జీవుల యొక్క పెద్ద, విభిన్న సమూహాలను సూచించే
పదం.

తెల్లరొమ్ము నల్లరొమ్ము ❀ 63

పుట్టుకకు ముందు

గర్భంతో ఉన్న ఆవు పొలంలో నడుస్తూ

కప్పల, సికాడాస్ ల, పక్షులను వింటూ

గతంలో కంటే ఎక్కువ శ్రద్ధగా

గడ్డి, పంటల వాసనను పీల్చేది

…

తను ఏదైతే వింటున్నదో

అది కొత్తది.

తను ఏదైతే పీలుస్తోందో

అది కొత్తది.

…

ఎప్పుడైతే దూడ పుట్టిందో

దానికి పల్లె అంటే ఏమిటో ముందే తెలుసు.

Chinese: Zhang Shaomin, China

English: Berlin Fang

Cicadas: పురుగు పేరు

పల్లె మరియు నేను

నా వంద 'Jin'లు పల్లె
చాలా ఏళ్లుగా పల్లెకు దూరంగా
పల్లె ఇంకా నాలో బతుకుతోంది
ఈ రాత్రి హఠాత్తుగా గుర్తుకు వచ్చింది
నేను గ్రామం కోల్పోయి
నడుస్తున్న భూమిని.

ఈ భూమి మళ్లీ తిరిగి రావాలి,
పల్లెలో కలవాలి.

Chinese: Zhang Shaomin, China

English: Berlin Fang

1"Jin" అంటే అరకిలో అని అర్థం "వంద jin" అంటే
మొత్తం శరీరాన్ని సూచించడం అనమాట. ఇక్కడ దీని
అర్థం కవి శరీరంలోని ప్రతి Jin పల్లెకు చెందినదని
అర్థం.

తెల్లరొమ్ము నల్లరొమ్ము ✿ 65

కనురెప్పల కింద

నీ ఫోటోను పర్సులో పెట్టుకోను
అది నా కనురెప్పల కింద
ఎలాగైనా కాలిపోతుంది.
ప్రతి వ్యక్తీకరణ, సైగ, శృతి
నేను కోరుకోకుండానే, చెక్కబడింది-

చాలా స్పష్టంగా, నీ వెనుక, నువ్వు వదిలేసిన
వివరించలేని 'మే' నెలను,
క్రూరమైన శీతాకాలాన్ని,
అచ్చు నేను చెప్పినట్లుగానే-

చీకటిలోకి, ఎడమవైపు.

Estonian: Doris Kareva, Estonia

English: Tiina Aleman

తెగిన వేలు

ఒక తలుపు కారణంగా
మా అమ్మ వేలు తెగింది.
లేదా నేనిలా చెప్పాలేమో!
ముక్కలు ముక్కలుగా వీస్తున్న గాలిని ఆపడానికి
తన వేలును ఇరికిచ్చిందేమో!
హనీ, వణుకకు, ఆకలిగా ఉన్న గాలికి
రక్తపు మాంసాన్ని ఆహారంగా ఇవ్వు.

రక్తంతో మండిన మంటను చూసి,
తలుపు బయట ఉన్న కొయెట్‌లు పారిపోయాయి.

ఓ.. నా.. తల్లి, పరిగెత్తుతూ పరిగెత్తుతూ,
బిగుతుగా ఉన్న వేలిని కొవ్వొత్తిలా పట్టుకుంది.

Korean: Ra Heeduk

English: Won-Chung Kim & Christopher Merrill

Coyotes: తోడేలు జాతికి చెందిన జంతువు.

ఇల్లు

ఇక్కడే
ఇల్లు కట్టుకోవాలనుకున్నాను.
ఎత్తుగా, శాశ్వతంగా, రాళ్లతో
మరియు వెలుగుతో.
నిజానికి మజీద్ నుండి తెచ్చిన అగ్గి రాళ్లతో,
Riboque నుండి
మందారం పువ్వు గుండెలా ఉండే
ఎర్రని బురదతో చేసిన పైకప్పు పలకలతో,
బయటి నుండి చల్లని గాలి కోసం
పెద్ద గాజు కిటికీని,
వెనుక వైపు చదునైన రాళ్లతో పెరటి గోడను,
పెరటిలోకి వెళ్లే మార్గాలను
అందంగా, విశాలంగా తెరిచి ఉంచాలి.

సముద్రం ఎదుట గర్వంగా నిలబడి
చనిపోయిన నగరం యొక్క శిధిలాల మీద

ఇంటిని కట్టుకోడానికి ప్రణాళికను సిద్ధం చేశాను.
ఖచ్చితంగా ఇక్కడే.
ఓడరేవును కూడా కలగన్నాను-
బలిపీఠం వలె పొడవైనది, గొప్పది.
నా నీలిరంగు వరండా నుండి
పడవల చప్పుడు కూడా వినిపిస్తోంది.

నేను నా ప్రణాళికలను
అసంపూర్ణ పంక్తులుగా గుర్తించాను.

Portuguese: Conceição Lima, Africa

English: Amanda Hopkinson

Riboque: నగరం పేరు

చీకటి ఆలోచనలు

గోడలపై దీపాలతో,
కొన్ని ఫ్రేమ్ కట్టిన ఫోటోలతో
చీకటి గదిలా ఉన్నాను.
చాలా మంది సందర్శకులు
నా గుండా నడిచారు,
చీకటి మరియు కాంతి,
ప్రకాశం మీద ఆధారపడి ఉంటుంది.

Russian: Regina Derieva, Russia
English: Valzhyna Mort

దయగల దేవుళ్ళు లేరు

నువ్వు భూమివి, అన్నింటికంటే కింద పడుకుంటావు.

అంతా పైనే ఉంది, భూమి పైకప్పు కూడా.

నువ్వు నీరు.

నువ్వు భయపడతావు, ప్రవహించే రాళ్ల కోసం గొడవపడతావు.

రాయి చర్మం గీరిపోతుందనే భయంతో ఆగిపోతావు.

కొనసాగు, ప్రవహించు.

రాయికి రక్తస్రావమైతే ఆగిపోతావు.

నువ్వు నొప్పికి భయపడితే, అలసిపోతావు.

నువ్వు గాలివి, నీ లోపల గాలి వంపులు తిరుగుతుంది.

అయితే నువ్వు అదృశ్యంగా ఉన్నావు.

ఊదు. నీ జాడ లేకపోయినా,

సాధారణ చెట్లు చల్లని గాలిని గుర్తు చేసుకుంటాయి.

ఓ పాఠకుడా! నేను కూడా ఇలాగే ఉన్నాను.

నాకింకా తెలియకపోవచ్చు:

నేను కూడా నీలాంటి వాడినే.

నువ్వు నన్ను తప్పకుండా నమ్మాలి, ప్రజలను నమ్మండి.

ఎందుకంటే దయగల దేవుళ్ళు లేరు!

అందుకే, మనం

నీరు, భూమి, గాలి, ప్రతి వ్యక్తీ విశ్వం అయినప్పటికీ,

మనం అందరిలో ఒక్కరిలా, ప్రజల్లా కనపడతాము.

కాబట్టి ఇప్పుడు,

ఇక్కడి నుండి, మీరు మీ సొంత మార్గంలో ప్రయాణించవచ్చు.

Turkish: Ece Temelkuran, Turkey

English: Deniz Perin

దొంగ

కొన్ని కారణాల చేత
వ్లాదిమిర్ నన్ను సంతోషపెట్టాడు.
మేమిద్దరం కలిసి సర్కస్ కి వెళ్లాము,
సూర్యోదయాన్ని చూశాము.
రాత్రికి నా చెంపను
తన ఛాతి మీద ఉంచి
మంచును కలగన్నాను.
నన్ను ఆహ్లాదపరచడానికి
అద్భుత కథలను వినిపించేవాడు.
ఒకరోజు
నేను తిరిగి వెళ్ళాను
అతనక్కడ లేడు.
లేదా
బహుశా! నా చర్మపు ముక్కలు
తప్పిపోయాయి.
వ్లాదిమిర్ నా భావోద్వేగాలను వలిచాడు,

జాని తక్కెడశిల ❁ 74

నా జీవితాన్ని కాజేసి
రష్యాకు వెళ్లే చివరి రైలు కోసం పరిగెత్తాడు.

Greece: Marigo Alexopoulou, Greece, Athens

English: Peter Constantine

వ్లాదిమిర్: వ్యక్తి పేరు

మార్గాలు

అన్ని మార్గాలు
మిగిలున్న ఏకైక రహదారికి చేరుకుంటాయి.
చీకటిలో రహస్యం మాత్రమే
పారదర్శకంగా ఉంటుంది.
ఎవరూ సమాధానం చెప్పరు,
నిశబ్దంగా కూడా
కేకలు వేయడానికి ఒక మార్గం,
నేను అరుస్తూ వెళ్తాను.

Originally written in Mazateco language.

Translated from Spanish

Originally published in Nuni, año IV, número 9,
México.

జాని తక్కెడశిల ✿ 76

సైనికేతర ప్రకటనలు

1

అవును, నేను నా లేఖలో
నీ కోసం ఎప్పటికీ వేచి ఉంటానని రాసుకున్నాను
ఖచ్చితంగా 'ఎప్పటికీ' అని కాదు కాని
ఏదో లయ బాగుందని రాశాను.

2

లేదు, అతను వారిలో లేడు.
వారిలో చాలామంది ఉన్నారు!
నా జీవితంలో
ఏ టీవీ తెర మీద కూడా
అంతమందిని చూడలేదు.
అయినా అతను వారిలో లేడు
అతనికి కన్నులు ఉన్నాయి
సైగలు, ఆందోళన కూడా;
కానీ అతను వారిలో లేడు.

3

దీనికి కోరికలు
లేదా చేతులు లేవు.
ఎప్పుడూ టీవీకి ఎదురుగా
ఖాళీ కుర్చీ ఉంటుంది.

4

రాత్రిపూట నా ముద్దులను
నక్షత్రాలుగా మార్చే
మంత్రదండం గురించి కలలు కంటున్నాను.
మీరు వాటిని చూసి
అసంఖ్యాకమని తెలుసుకోవచ్చు.

5

నేను ప్రేమించని ప్రతి ఒక్కరికీ ధన్యవాదాలు.
వాళ్లు నాకు గుండె నొప్పిని కలిగించరు
వాళ్లు నన్ను పెద్ద ఉత్తరాలు రాయనివ్వరు
వాళ్లు నా కలలకు భంగం కలిగించరు
నేను వారి కోసం ఆత్రుతగా ఎదురుచూడను
నేను వారి జాతకాలను పత్రికల్లో చదవను
నేను వారి నంబర్లకు డయల్ చేయను

జాని తక్కెడశిల ✴ 78

నేను వారి గురించి ఆలోచించను.
వారికి చాలా చాలా ధన్యవాదాలు
వాళ్లు నా జీవితాన్ని తలకిందులుగా చేయరు.

6

ప్రకృతి దృశ్యాల కోసం
ఈ నగరానికి వలస వచ్చాను.
క్రమంగా ప్లాస్టిక్ చెట్లకు
దగ్గరవ్వడం ప్రారంభించాను.
ఊపిరి పీల్చుకోని సీతాకోకచిలుకకు
పువ్వులా, పుస్తకంలా
దృశ్యం నా చుట్టూ ముడుచుకుంటోంది.

7

ప్రియమైన వాళ్లు
నా కలల్లో మాత్రమే ఎందుకు వస్తారు?

8

నువ్వు రాగానే తెరవడానికి
తలుపు తీసి కూర్చున్నాను.

Arabic: Dunya Mikhail, Iraqi

English: Elizabeth Ann Winslow

ఈ ప్రపంచంలో

ఈ ప్రపంచంలో ప్రవాహాలన్నీ ఎండిపోతాయి,
పక్షుల మధురమైన గానం క్లుప్తంగా ఉంటుంది;
ఎల్లప్పుడూ
వేసవికాలం కొనసాగాలనుకుంటాను.

ఈ ప్రపంచంలో పెదవులు తాకుతాయి కానీ తేలికగా
తీపికి రుచే ఉండదు;
ఎల్లప్పుడూ
ముద్దు గురించి కలలు కంటుంటాను.

ఈ ప్రపంచంలో ప్రతి మనిషి దుఃఖిస్తున్నాడు
స్నేహాన్ని, ప్రేమను కోల్పోతున్నాడు
ఎల్లప్పుడూ
ప్రేమికులు నిలకడగా,
అభిమానంగా ఉండాలనుకుంటాను.

జాని తక్కెడశిల ❁ 80

Sully Prudhomme: France, French poet,
Nobel prize-1901

నీటి మీద

ఒడ్డు, నీటి శబ్దం వినబడుతుంది,
వసంతం ఏడుస్తూ
విచారకరమైన రాజీనామా చేస్తుంది
లేదా
గంటకొకసారి కన్నీరు కార్చే రాయి,
బిర్చ్ ఆకులు అస్పష్టంగా వణుకుతాయి.

నది వెంట పడవలు నడవడం కనిపించడం లేదు
పుష్పించాల్సిన తీరం గతించిపోయింది, నేను మిగిలే
ఉంటాను;
నీటి లోతుల్లో తేలుతాను
ప్రతిబింబించిన నీలాకాశం తెరలా రెపరెపలాడుతోంది.

నిద్రలో మెలికలు తిరుగుతుంటే, మీరు నీళ్లని చెప్పవచ్చు
తడబడుతూ, ఒడ్డు ఎక్కడ ఉందో తెలియదు:
విసిరిన పువ్వును ఎంపిక చేసుకోలేము.

జాని తక్కెడశిల ✿ 82

పువ్వులలాగే, మనిషి కోరుకునేవన్నీ
జీవిత నదిపై స్థిరపడాలి.
నా కోరికలు ఏ విధంగా ఉంటాయని
నాకు బోధించకుండా.

Sully Prudhomme: France, French poet

Nobel prize-1901

తెల్లరొమ్ము నల్లరొమ్ము ❁ 83

ఒక న్యాయమైన చారిటీ కోసం

కొంతమంది పేదవాళ్లు అవసరంలో ఉన్నారు
ఆశీర్వాదాలు, ఆహారం కోసం.
నేను దాని విలువను:
ఈ పుట్టినరోజున
ఒక పుస్తకం- చిన్నప్పటి నుండి సొంతమవ్వాలని.
అతని శక్తిలో ఎవరున్నారు?
మొగ్గ, పువ్వు ఇచ్చాడు,
దానికి బదులుగా- తుఫాను కోరాడు
నా వసంతకాలంలో
ప్రతి ఆకు వృద్ధి చెందింది.

Bjørnstjerne Bjørnson: Norway

Nobel prize – 1903

ముందుకు

ముందుకు! ముందుకు!

మా తండ్రుల రణఘోష మోగించండి.

ముందుకు! ముందుకు!

Norsemen, సంకేత పదంలా ఉన్నతంగా ఉండండి!

హృదయాన్ని ప్రేరేపించి, విశ్వాన్ని ప్రకాశవంతం చేస్తుంది

నమ్మకమైన పోరాటంతో

శక్తిగా ముందుకు సాగుతాము.

ముందుకు! ముందుకు!

ఉచిత ఇంటిని ఎవరు ఇష్టపడతారు.

ముందుకు! ముందుకు!

స్వేచ్ఛకు సంబంధించిన కోర్సు ఎప్పటికీ ఉండాలి.

ముందుకు! ముందుకు!

సందేహం, ఓటమి ద్వారా పరీక్షించబడినప్పటికీ,

నష్టాలను ఎవరు లెక్కిస్తారు?

విజయాలు ఎప్పుడు పలకరిస్తాయి?

తెల్లరొమ్ము నల్లరొమ్ము ⚛ 85

ముందుకు! ముందుకు!

Norway రోజును ఎవరు విశ్వసిస్తారు.

ముందుకు! ముందుకు!

తండ్రుల దారిలో ఎవరు వెళ్తారు?

ఉత్తర పర్వతాలలో ఆత్మ దాగి ఉంది - నిజమైన నిధులు

వాళ్లు తెల్లవారుజామున

నీలిరంగులో తిరిగి రావాలి.

Bjørnstjerne Bjørnson: Norway

Nobel prize - 1903

Norsemen: నార్స్‌మెన్ ప్రారంభ మధ్య యుగాలకు చెందిన ఉత్తర జర్మనీ భాషా సమూహం, ఆ సమయంలో వారు పాత నార్స్ భాష మాట్లాడేవారు.

సాతానుకు శ్లోకం

నీకు సృష్టి
గొప్ప సూత్రం,
పదార్థం, ఆత్మ
కారణం, భావం

ఆ సమయంలో
కప్పులలో వైన్ మెరుస్తుంది
కన్నుల్లో ఆత్మలా..

భూమి, సూర్యుడు
వాళ్ల నవ్వులతో,
ప్రేమ కూడిన పదాలతో
మార్చబడతారు.

రహస్య కౌగిలి నుండి
వణుకు తగ్గుతుంది.

తెల్లరొమ్ము నల్లరొమ్ము ⚛ 87

పర్వతాలు, మైదానం నుండి
కొత్త జీవితం.

ఓ! సాతాను చక్రవర్తి
నీకు, నా సాహసోపేతమైన
కవితలు విప్పబడ్డాయి.

నీ తుంపర్లను పక్కన పెట్టు,
పూజారి, నీ ప్రార్థనలు!
పూజారి, సాతాను
వెనక్కి తగ్గరు!

ఇదిగో! చిలుము
ఆధ్యాత్మికతను చెరిపేస్తుంది
మైఖేల్ యొక్క కత్తి,
విశ్వాసకులు

ప్రధాన దేవదూత క్షీణించి,
శూన్యంలోకి పడిపోతాడు.

జాని తక్కెడశిల ✿ 88

జోవ్ చేతిలో
పిడుగు స్తంభించిపోయింది.

లేత ఉల్కల వలె,
ఆకాశం నుండి
దేవదూతలు పడిపోతారు
నిద్ర లేని శూన్యంలో,
నిజమైన రాజే పరిపాలకుడు.

చీకటి కన్నుతో
భయంకరమైన వెలుగు కలిగి ఉన్న
సాతాను మాత్రమే జీవిస్తాడు.

లేదా నీరసంగా ఉన్న కన్ను
మలుపులు, ప్రతిఘటనలు,
తేమ & ప్రకాశాన్ని కలిగి
రెచ్చగొడుతుంది, నొక్కి చెప్తుంది.

క్షణికమైన ఆనందం కోసం

ద్రాక్షరస రక్తంలోకి ప్రవేశిస్తాడు,
ప్రకాశిస్తాడు.

సంతోషం కొనసాగుతుంది,
అది జీవితాన్ని పునరుద్ధరిస్తుంది,
దుఃఖాన్ని దూరం చేస్తుంది,
మనల్ని ప్రేమగా ప్రేరేపిస్తుంది.

ఓ! సాతాను
నువ్వు నా కవిత్వంతో శ్వాస పీల్చుకో,
నా మనసు నుండి
దేవుడికి సవాలు విసురుతాను.

దుర్మార్గుడైన పోప్,
నెత్తుటి రాజులు;
నీలాగా మెరుపులా ప్రకాశించేవారు
మగవారి మెదళ్ళు ఆశ్చర్యపోతాయి.

అహ్రిమాన్,

జాని తక్కెడశిల ✾ 90

అడోనిస్ & అస్టార్టే
మీ కోసమే
శిల్పాలు, పెయింటింగ్, కవిత్వం

శుక్రుడు
సముద్రం నుండి ఉదయిస్తున్నప్పుడు
స్పష్టమైన అయోనియన్ ఆకాశాలు
ఆశీర్వదించబడతాయి

Lebannon చెట్లు కదులుతాయి,
పవిత్ర సిప్రియన్ యొక్క ప్రేమికుడు
మళ్లీ పుడతాడు:

మీ కోసం అడవి నృత్యాలు జరుగుతాయి,
మేళతాళల నడుమ
కన్యలు అర్పించబడతారు
వారి ప్రేమతో,

పరిమళ ద్రవ్యాల మధ్య

ఇడుమియా అరచేతులు,
సిప్రియన్
సముద్రాల నురుగు.

ఏం లాభం
అనాగరిక క్రైస్తవుడు
అగాపే కోపం,
అశ్లీల కర్మలో,

పవిత్ర జ్యోతితో
మీ దేవాలయాలను తగలబెట్టండి
వారి గ్రీకు విగ్రహాన్ని చెదరగొట్టారా?

మీరు, శరణార్థి,
బుద్ధిగల ప్రజలు
వారి ఇళ్లలోకి స్వాగతం పలికారు
వారి ఇంటి దేవతల మధ్య

ఆ తర్వాత దేవుడిగా

జాని తక్కెడశిల ✼ 92

ప్రేమికురాలిగా
ఉత్సాహంతో పులకరిస్తున్న
స్త్రీల హృదయాన్ని నింపండి

మంత్రగత్తెని ప్రేరేపించారు,
అంతులేని విచారణ నుండి తేలికగా,
సహాయం చేయడానికి
బాధపడుతున్న ప్రకృతి

మీరు,
రసవాది ఉద్దేశ్య దృష్టికి,
మంత్రగాడి సందేహాస్పద దృష్టికి,

ప్రకాశవంతమైన
కొత్త స్వర్గాన్ని వెల్లడించారు
మగత వరండా పరిమితులు దాటి.

పదార్థం నుండి పారిపోవడం
మీరెక్కడ నివశిస్తున్నారు?

తెల్లరొమ్ము నల్లరొమ్ము ✻ 93

నీరసమైన సన్యాసి
థీబాన్ ఎడారిలో ఆశ్రయం పొందాడు.

ఓ ఆత్మ
తెగిన నీ మొలకతో,
సాతాను నిరపాయకుడు:
అతను మీకు
మీ హెలోయిస్ ఇస్తాడు.

ఎటువంటి ప్రయోజనం లేకుండా
మిమ్మల్ని మీరు చంపుకుంటారు,
కఠినమైన గోనెపట్టలో:
సాతాను మీతో గొణుగుతున్నాడు
మారో, ఫ్లాకస్ నుండి పంక్తులు

దిగ్భ్రాంతి,
కీర్తనల ఏడుపు మధ్య;
అతను దైవిక ఆకృతులను
మీ వైపుకు తీసుకువస్తాడు,

జాని తక్కెడశిల ☸ 94

ఆ మధ్య రోజా
భయంకరమైన నల్లజాతి గుంపు,
లైకోరిస్,
ఇంకా గ్లిసెరా

కానీ ఇతర ఆకారాలు
మరింత అద్భుతమైన వయస్సు నుండి
సరిగ్గా నింపండి
నిద్రలేని జైలు.

సాతాను, పేజీల నుండి
లివి, ఆవేశపూరితంగా మాట్లాడుతుంది
ట్రిబ్యూన్లు, కాన్సుల్స్,
విరామం లేని గుంపులు;

అతను మిమ్మల్ని నెట్టివేస్తాడు,
ఓ సన్యాసి, నీ జ్ఞాపకాలతో
ఇటలీ గర్వించదగిన గతం

కాపిటల్ మీద.

మీరు ఆవేశంతో ఉన్నారు
పైరు నాశనం కాలేదు,
విధి యొక్క స్వరాలు,
విక్లిఫ్ మరియు హస్,

మీరు గాలిని ఎత్తండి
నీ క్షీణత ఏడుపు:
'కొత్త యుగం ఉదయిస్తోంది,
సమయం వచ్చింది'.

ఇప్పటికే Mitres,
కిరీటాలు వణుకుతున్నాయి:
క్లోయిస్టర్ నుండి
తిరుగుబాటు గర్జనలు

ధిక్కార ప్రబోధం
యొక్క స్వరంలో

జాని తక్కెడశిల ❁ 96

కాసోడ్ గిరోలామో
సవోనరోలా

మార్టిన్ లూథర్ వలె
తన సన్యాసి వస్త్రాలను విసిరి,
మీ సంకెళ్లను విసిరేయండి
ఓ మనిషి మనసు,

మంటతో కిరీటం,
షూట్ మెరుపు, ఉరుము;
పదార్థం, ఉత్పన్నం;
సాతాను గెలిచాడు.

అందమైన, భయంకరమైన
రెండూ...
ఒక రాక్షసుడు బయటపడ్డాడు
మహాసముద్రాలతో గొడవపడ్డాడు
భూమి శోధించింది

మెరుస్తున్న త్రేనుపు పొగ
అగ్నిపర్వతం లాగా,
కొండలను జయిస్తుంది
మైదానాలను మింగివేస్తుంది.

అగాధాల మీదుగా ఎగురుతుంది,
అప్పుడు బొరియలు
తెలియని గుహల్లోకి
లోతైన మార్గాల వెంట;

తిరిగి ఆవిర్భవించడం, జయించలేనిది
ఒడ్డు నుండి ఒడ్డుకు
ఘోషిస్తుంది
సుడిగాలిలా,

సుడిగాలిలా
అది ఊపిరి పీల్చుకుంటుంది:
'ఇది సాతాను, ప్రజలారా,
మహా సాతాను దాటి పోతాడు'.

జాని తక్కెడశిల ❁ 98

అతను ఆశీర్వాదం తీసుకుని వెళ్తాడు
స్థలం నుండి ప్రదేశానికి,
ఆపుకోలేని అగ్ని రథం

ఓ సాతాను, నమస్కారం
ఓ తిరుగుబాటు,
ప్రతీకారం తీర్చుకునే శక్తి
మానవ కారణం!

పవిత్ర ధూపం వేయండి
ప్రార్థనలు పెరుగుతాయి
మీరు పూర్తిగా ఓడిపోయారు
యాజకుల యెహోవా.

Giosuè Carducci: Italy,

Nobel prize - 1906

అయోనియన్: ఒక జాతి ప్రజలు

Lebannon: దేశం పేరు

సిప్రియన్: సిటీ పేరు

అహ్రిమాన్, అడోనిస్, హెలోయిస్ & అస్టార్టే: వ్యక్తుల పేర్లు

అగాపే: ప్రేమ యొక్క అత్యున్నత రూపం, దాతృత్వం

థీబాన్: ఎడారి పేరు

హెలోయిస్: ప్రసిద్ధ యోధుడు

Glycera: రక్తపు పురుగులు

లైకోరిస్: పువ్వు పేరు

Tribunes: రాచరికం మరియు రిపబ్లిక్ కింద పని చేసే రోమన్ అధికారి.

Consuls: ఒక విదేశీ నగరంలో నివసించడానికి, అక్కడి రాష్ట్ర పౌరులు మరియు ప్రయోజనాలను రక్షించడానికి రాష్ట్రంచే నియమించబడిన అధికారి.

Capitol: అధికార భవనం

Huss, Wycliffe: వ్యక్తుల పేర్లు

Mitres: సాంప్రదాయ క్రైస్తవ మతంలో బిషప్‌లు, నిర్దిష్ట మతాధిపతుల సంప్రదాయ, ఉత్సవ శిరస్త్రాణం అని పిలువబడే ఒక రకమైన తలపాగా.

Cloister: ప్రాంతం పేరు

Cassocked: సాంప్రదాయ దుస్తులు

Girolamo: పవిత్ర నామం

Savonarola: ఇటాలియన్ సన్యాసి, సంస్కర్త మరియు అమరవీరుడు

మధ్యాహ్నం

నా కన్నులు
నా ఆత్మను వలలో వేసుకున్నాయి.
ఓ ప్రభూ, ఒక్క కోరికను నాకు ప్రసాదించు.
నీ ఆకులను మంచు మీద పడనివ్వు,
నిప్పు మీద నీ వర్షం పడనివ్వు.

నా దిండు మీద సూర్యుడు ఆడుతాడు,
స్వయంగా అవే గంటలు మళ్లీ ధ్వనిస్తాయి,
ఎల్లప్పుడూ నా చూపులు వెతుకుతూనే ఉంటాయి
ధాన్యం పండించే చనిపోతున్న మనుషులపై.

నా చేతులు ఎండిపోయిన గడ్డిని లాగేస్తాయి,
నిద్రతో ఉన్న నా కళ్ళు రద్దు చేయబడ్డాయి,
స్ప్రింగ్‌లెస్ పాస్‌లో అనారోగ్యంతో ఉన్నవారు,
లేదా సూర్యునిలో చీకటి పువ్వులు.

మారని నా కలలు ఎప్పుడు తెలుస్తాయి
వర్షం, పచ్చికభూములు గోధుమ రంగులో ఉన్నప్పుడు?
సుదూర హారిజాన్ గీత వెంట, ఇదిగో,
గొర్రె పిల్లలను పట్టణం వైపు మళ్లిస్తారు.

Maurice Maeterlinck: belgium, french poet,

Nobel prize-1911

springless pass: సాధారణ చైతన్యం, శక్తి లేదా
స్థితిస్థాపకత లేని పరిస్థితి లేదా చర్యను సూచిస్తుంది.

మూసివేసిన మార్గం

ప్రయాణం ముగిసిందనుకున్నాను
శక్తి యొక్క చివరి పరిమితిలో,
నా ముందు.. మార్గం మూసుకుపోయింది,
నిబంధనలు అయిపోయాయని
నిశ్శబ్ద అస్పష్టతలో ఆశ్రయం పొందే సమయం వచ్చింది.

నాలో అంతం లేదని గుర్తించాను.
పాత పదాలు నాలుకపై చనిపోయినప్పుడు,
హృదయం నుండి శ్రావ్యమైన కొత్త పాటలు
వెలువడతాయి;
పాత ట్రాక్లు ఎక్కడ పోయాయి,
కొత్త దేశం దాని అద్భుతాలతో బయటపడింది.

Rabindranath Tagore: India

Nobel prize - 1913

జాని తక్కెడశిల ❁ 104

నాకు బలాన్ని ఇవ్వు

ఇదే నీకు నా ప్రార్థన, నా ప్రభూ – సమ్మె,
నా హృదయ వేదన యొక్క మూలాన్ని కొట్టండి.
సుఖ దుఃఖాలను తట్టుకునే శక్తిని తేలికగా ప్రసాదించు.
సేవలో నా ప్రేమను ఫలవంతం చేసే శక్తిని ప్రసాదించు.

పేదలను ఎన్నటికీ తిరస్కరించకుండా
లేదా అవమానకరమైన శక్తి ముందు
నా మోకాళ్లను వంచకుండా ఉండే శక్తిని ఇవ్వండి.

రోజువారీ ట్రిఫ్లెస్ కంటే
నా మనస్సును ఉన్నత స్థాయికి పెంచడానికి
శక్తిని ఇవ్వండి.

ప్రేమతో నీ చిత్తానికి
నా బలాన్ని అప్పగించే శక్తిని ప్రసాదించు.

Rabindranath Tagore: India

Nobel prize - 1913

Trifles: తక్కువ విలువ గలది

స్వప్న సుందరి

దేవుడు మాత్రమే నిన్ను సృష్టించలేదు, నా అమ్మాయి-
మీరు పురుషుల సృష్టి
వారి హృదయం యొక్క ప్రధాన భాగం నుండి
వారు మీకు మనోజ్ఞతను ప్రసాదించారు.
సిమిలీ యొక్క బంగారు దారాలతో
నీ వేషాన్ని కవి నేస్తాడు.
నీ చిత్రాన్ని చిరస్థాయిగా మార్చడానికి
తాజా మెరుపును
చిత్రకారుడు నీ ముఖం మీద ఉంచాడు.
చాలా రంగులు, సువాసనలు మరియు దుస్తులు-
సముద్రాల నుండి ముత్యాలు వస్తాయి
గనుల నుండి బంగారం వస్తుంది
పూల కుప్పలు వస్తాయి
వసంతకాలంలో తోట నుండి
కీటకాలు తమ ప్రాణాలను త్యాగం చేస్తాయి
మీ పాదాలకు రంగు వేయడానికి.

తెల్లరొమ్ము నల్లరొమ్ము ✿ 107

హాయిగా, మీ దుస్తులతో
ఆ కత్తిరింపులతో
మిమ్మల్ని మీరు సులభంగా చేరుకోకుండా
ఎల్లప్పుడూ మండే కోరికను వెలిగిస్తారు -
మీ సగం రక్తం, మాంసంతో చేయబడింది
మీ మిగిలిన సగం
మా మనస్సు యొక్క ఫాంటసీ.

Rabindranath Tagore: India

Nobel prize - 1913

వృద్ధాప్యంలో

నువ్వు వృద్ధుడివి అయ్యాక, తెల్లని రంగులోకి
మారిపోయాక, బాగా నిద్రపోతున్నప్పుడు,

నిప్పుల వల్ల నీ తల వణుకుతున్నప్పుడు, ఈ పుస్తకాన్ని
తీసుకో,

మెల్లగా చదవడం మొదలుపెట్టు, మృదువైన రూపాన్ని
కలగను,

నీ కళ్లకు అది మొదటిదే, వాటి చూపులు చాలా
లోతైనవి;

నీ సంతోషకరమైన క్షణాలను ఎంతమంది ఇష్టపడ్డారు,

నీ అందాన్ని ప్రేమించారా? నిజమా లేక అబద్ధమా,

కానీ ఒక మనిషి నీలోని యాత్రికుడిని ప్రేమించాడు,

మారుతున్న ముఖకవళికల బాధలను ఇష్టపడ్డాడు;

మెరుస్తున్న బార్ల వెనక్కి, వెళ్లడం,

గొణుగుడు, కాస్త బాధ, ప్రేమ ఎలా పారిపోయిందో,

పర్వతాల మీదుగా నడిచాడు,

తెల్లరొమ్ము నల్లరొమ్ము ❁ 109

నక్షత్రాల గుంపుల్లో తల దాచుకున్నాడు.

Willam Butler Yeats: Ireland

1923 Nobel prize

మత్స్యకార మహిళ

ఎవరో తలుపు కొడుతున్నారు? నేను లేవను. తలుపు తెరవను

ఈ పాత గుడిసె యొక్క నానబెట్టిన తలుపు. ఎంత చలి

శరదృతువు రాత్రులు ఎంత అసౌకర్యంగా ఉన్నాయి!

దాని ఉదయాలు మరింత అసౌకర్యంగా ఉన్నాయి.

ఉద్భృతంగా వినిపించే శబ్దం గాలిదే కదా?

అది మిమ్మల్ని భయపెట్టవచ్చు లేదా కరకరలాడే శబ్దం చేస్తూ

కెరటాలతో జత కట్టి గుండ్రంగా పైకి లేవచ్చు, గులకరాళ్ల శబ్దమా?

లేదు, నాకు బాగాలేదు, కరువు ఉంది, అది ఎగురుతుంది.

తుఫాను అలలను తాకే వరకు వేచి చూస్తాను,

అణచివేసే వరకు, కిటికీ బయట బెంచీ మీద బంగారు వర్ణం పడేవరకు,

నీరసించేవరకు, అక్టోబర్ నెల వచ్చే వరకు.

వెళ్ళిపో! మరొక రాత్రి గడిచిపోవాలి.
అతను ధైర్యవంతుడు
గాలి, సముద్రాలకు భయపడడు.

Ivan Bunin, stateless, born in russian empire,

Nobel prize -1933

చిట్టి పాదాలు

పిల్లల చిట్టి పాదాలు
నీలం రంగులో, చలిగా;
వాళ్లు చూసి కూడా
రక్షించకుండా ఎలా ఉన్నారు?
ఓరి దేవుడా!

గాయపడిన చిట్టి పాదాలు
గులకరాళ్ల వల్ల గాయపడ్డాయి,
మంచు, మట్టి చేత హింసించబడ్డాయి

మనిషి గుడ్డివాడు, నిర్లక్ష్యం చేశాడు
ఎక్కడైతే అడుగు పెట్టాడో, అక్కడి నుండి
వెళ్లిపోవాల్సిందే
ఎక్కడైతే ప్రకాశవంతమైన కాంతి పుష్పం దాచారో,
అరికాళ్ల నుండి రక్తం కారుతూ
పరిమళించే పువ్వులు పూస్తాయి

తెల్లరొమ్ము నల్లరొమ్ము ❁ 113

అప్పటివరకు ఎలాగైనా నడవండి
వీధుల గుండా-
నీరుగా,
తప్పు చేయనివారిలా ధైర్యంగా.

పిల్లల చిట్టి పాదాలు
బాధపడుతున్నవారిని చూడకుండా
ప్రజలు ఎలా దాటగలరు?

Gabriela Mistral: chile, spanish,
Nobel prize - 1945

నేను ఒంటరిగా లేను

రాత్రి, ఎడారిగా మారింది
పర్వతాల నుండి సముద్రం వరకు.
నేను నిన్ను కదిలించేవాడిని.
నేను ఒంటరిని కాదు!

ఆకాశం, ఎడారిగా రూపాంతరం చెందింది
చంద్రుడు సముద్రంలో పడతాడు
నేను నిన్ను పట్టుకుంటాను.
నేను ఒంటరిని కాదు!

ప్రపంచం, ఎడారిలా కదిలింది.
మీరు చూసే దేహమంతా విచారంగా ఉంది.
నేను నిన్ను కౌగలించుకుంటాను.
నేను ఒంటరిని కాదు!

Gabriela Mistral: chile, spanish,

Nobel prize - 1945

తెల్లరొమ్ము నల్లరొమ్ము ✿ 115

పైన్ అడవి

మనం ఇప్పుడు అడవిలోకి వెళ్దాం.
చెట్లు మీ గుండా నడుస్తాయి,
నేను ఆగి, మిమ్మల్ని వారికి అందిస్తాను
కానీ అవి కిందకు వంగలేవు.
రాత్రి, జీవులను చూస్తుంది,
ఎప్పటికీ మారని పైన్ చెట్లు తప్ప:
గాయపడిన పాత వసంతం,
జిగురు, శాశ్వతమైన మధ్యాహ్నాలు.

అవి చేయగలిగితే, చెట్లు మిమ్మల్ని పైకి లేపుతాయి
లోయ నుండి లోయకు మిమ్మల్ని తీసుకువెళ్తాయి,
ఒక భుజం నుండి మరో భుజానికి దాటుకొనిపోతారు
పిల్లవాడు ఒక తండ్రి నుండి మరో తండ్రి దగ్గరికి
పరిగెత్తుతున్నాడు.

జౌని తక్కెడశిల ❀ 116

Gabriela Mistral: chile, spanish,

Nobel prize - 1945

పైన్: ఒక రకమైన చెట్టు

నువ్వు లేకుండా

రాత్రి పూట నా దిండు నా వైపు చూస్తుంది
ఖాళీ సమాధిలా;
ఇంత చేదుగా ఉంటుందని అనుకోలేదు
ఒంటరిగా ఉండటానికి;
నీ జుట్టు మీద పడుకోకూడదు.

నేను నిశ్శబ్ద ఇంట్లో ఒంటరిగా పడుకున్నాను,
వేలాడే దీపం చీకటిగా మారింది,
నా చేతులను శాంతంగా చాచుతాను
నిన్ను సేకరించడానికి,
మెత్తని నా వెచ్చని నోరును నొక్కండి
నేను నీ వైపుగా,
అలసిపోయి బలహీనంగా ఉన్నాను
నన్ను ముద్దు పెట్టుకో-
అప్పుడు నేను అకస్మాత్తుగా మేల్కొంటాను
నా చుట్టూ చల్లని రాత్రి ఇంకా పెరుగుతుంది.

కిటికీలో నక్షత్రం స్పష్టంగా ప్రకాశిస్తుంది -
నీ రాగి జుట్టు ఎక్కడ ఉంది,
నీ తీపి నోరు ఎక్కడ?

ఇప్పుడు నేను ప్రతి ఆనందంలో నొప్పిని తాగుతున్నాను
ప్రతి వైన్లో విషం;
ఇది ఇంత చేదుగా ఉంటుందని నాకు ఎప్పుడూ
తెలియదు
ఒంటరిగా ఉండటానికి,
ఒంటరిగా, నువ్వు లేకుండా.

Translated by James Wright

Hermann Hesse: German, Germany

Nobel prize - 1946

తెల్లరొమ్ము నల్లరొమ్ము ❋ 119

బరువైన రోజులు

రోజులు ఎంత భారంగా ఉన్నాయి.
నన్ను వేడి చేసే అగ్ని లేదు,
నాతో నవ్వడానికి సూర్యుడు లేడు,
అంతటిని సమాలించుకోవాలి,
ప్రతిదీ చల్లగా, కనికరం లేకుండా,
ప్రియంగా, స్పష్టంగా
నక్షత్రాలు నిర్జనంగా క్రిందికి చూస్తున్నాయి,
నేను నా మనసులో నేర్చుకున్న విధంగా
ప్రేమ చనిపోవచ్చు.

Translated by James Wright

Hermann Hesse: German, Germany

Nobel prize - 1946

పొలాల మీదుగా

ఆకాశం అంతటా మేఘాలు కదులుతాయి,
పొలాల మీదుగా గాలి,
పొలాల మీదుగా తప్పిపోయిన బిడ్డ కోసం
నా తల్లి సంచరిస్తుంది.

వీధులకు అడ్డంగా ఆకులు ఊడిపోతాయి,
చెట్లకు అడ్డంగా పక్షులు ఏడుస్తాయి,
పర్వతాల మీదుగా, దూరంగా,
నా ఇల్లు ఉండాలి.

Hermann Hesse: German, Germany

Nobel prize - 1946

తెల్లరొమ్ము నల్లరొమ్ము ✿ 121

మహా సముద్రాలు

నా పడవ అక్కడ లోతుల్లో
కొట్టుకుపోయిందనిపిస్తోంది,
ఒక గొప్ప విషయానికి వ్యతిరేకంగా.
　　కానీ ఏమీ జరగలేదు!
ఏమీ జరగలేదు... నిశబ్దం... అలలు

ఏమీ జరగలేదా? లేక అంతా జరిగిందా,
మేమిప్పుడు నిలబడి ఉన్నాము, మౌనంగా, కొత్త
జీవితంలో?

Juan Ramón Jiménez: spanish, spain

Nobel prize - 1956

నిండు చంద్రుడు

తలుపు తెరిచి ఉంది,
క్రికెట్ వస్తోంది.
పొలాల్లో నగ్నంగా తిరుగుతున్నావా?

అమర జలంలా,
ప్రతిదీ లోపలికి, బయటికి వెళ్లడం.
గాలిలో నగ్నంగా తిరుగుతున్నావా?

తులసి ఆకులు నిద్రపోలేదు,
చీమ బిజీగా ఉంది.
ఇంట్లో నగ్నంగా తిరుగుతున్నావా?

Juan Ramón Jiménez: spanish, spain

Nobel prize - 1956

ఎల్లప్పుడూ

నా ముందు వచ్చిన దాని గురించి
అసూయపడను.
మీ భుజాలపై
ఒక వ్యక్తితో రండి,
మీ జుట్టుతో వంద మందితో రండి,
మీ రొమ్ముల, పాదాల మధ్య నుండి
వేయి మందితో రండి
నదిలా రండి
మునిగిపోయిన మనుషులతో నిండి ఉంది
అడవి నుండి సముద్రం వరకు ప్రవహిస్తుంది,
శాశ్వత ఉపరితలం నుండి సమయం వరకు!

నేను మీ కోసం ఎదురుచూస్తున్న చోటికి
వారందరినీ తీసుకురండి;
మనం ఎల్లప్పుడూ ఒంటరిగా ఉందాం,
మీరు, నేను ఎల్లప్పుడూ

భూమిపై ఒంటరిగా ఉందాం,
కొత్త జీవితాన్ని ప్రారంభించడానికి!

Pablo Neruda, chile, spanish,

Nobel prize - 1971

రాణి

నేను నీకు
రాణి అని పేరు పెట్టాను.
నీకంటే పొడుగ్గా, చాలా పొడవైన వారున్నారు.
నీకంటే స్వచ్ఛమైన, చాలా స్వచ్ఛమైన వారున్నారు.
నీకంటే ప్రియమైనవారు, చాలా ప్రియమైన వారున్నారు.
కానీ నువ్వు రాణివి.

నువ్వు వీధుల గుండా వెళ్ళినప్పుడు
నిన్ను ఎవరూ గుర్తించరు.
నీ కిరీటాన్ని ఎవరూ చూడరు, ఎవరూ
ఎర్రని, బంగారు వర్ణపు కార్పెట్ ని
నువ్వు దాటిపోయిన తర్వాత తొక్కుతారు
ఉనికిలో లేని కార్పెట్.

నువ్వు కనపడినప్పుడు
నదులు ధ్వనిస్తాయి

నా శరీరంలో, గంటలు
ఆకాశాన్ని కదిలిస్తాయి
ఒక శ్లోకం ప్రపంచాన్ని నింపుతుంది!

కేవలం నువ్వు, నేను
నువ్వు, నేను
ఓ ప్రేమ
నా మాట విను.

Pablo Neruda, chile, spanish,

Nobel prize - 1971

తెల్లరొమ్ము నల్లరొమ్ము ✿ 127

మళ్లీ మళ్లీ జీవితంలోని చెడును చూశాను

మళ్లీ మళ్లీ జీవితంలోని చెడును చూశాను:
అది గొంతు పిసికిన వాగు, ఇంకా గుసగుసలాడుతోంది,
వంకరగా ముడుచుకున్న ఆకు,
కిందపడిపోయిన గుర్రం.

దైవిక ఉదాసీనతను బహిర్గతం చేసే
అద్భుతం తప్ప
మంచి ఏమీ తెలియదు:
మధ్యాహ్న నిద్రమత్తులో ఉన్న విగ్రహం,
మేఘం, విరామం తీసుకుంటున్న ఫాల్కన్.

Translated by David Young

Eugenio Montale, italy, italian,

Nobel prize - 1975

ఫాల్కన్: పక్షిపేరు

మరచిపో

ఇతరులకు కలిగించిన
బాధలను మరచిపోండి.
నీళ్లు పరిగెత్తుతాయి,
వసంతం వెదజల్లుతుంది
భూమిపై నడుస్తూ
మరిచిపో!

కొన్నిసార్లు
సుదూరం నుండి పల్లవిని వింటావు.
దాని అర్థం ఏమిటి? ఎవరు పాడుతున్నారు?
చిన్నపిల్లాడిలా;
సూర్యుడు వెచ్చగా ఉంటాడు.
మనవడు, మునిమనవడు పుడతారు.
నిన్ను మరోసారి చేయి పట్టుకొని నడుపుతారు.

నీలో నదులు నిలిచిపోతాయి.
ఆ నదులు ఎంత అనంతంగా కనిపిస్తున్నాయో!
పొలాలు బీడుగా ఉన్నాయి,
సిటీ టవర్లు అలా లేవు.
నువ్వు అలానే ద్వారం దగ్గర నిలబడతావు.

Czesław Miłosz, poland, polish,

Nobel prize - 1980

బడి పిల్లల కోసం

మీకు తెలుసా?
చీకటి పడినప్పుడు నేను ప్రయత్నిస్తాను,
కొంత వరకు అంచనా వేయడానికి -
మైళ్లలో దుఃఖాన్ని గుర్తించడం ద్వారా -
నీ నుండి నాకు దూరం.

అన్ని గణాంకాలు పదాలుగా మారుతాయి:
గందరగోళం, A వద్ద ప్రారంభమవుతుంది,
ఆశ, B వద్ద మొదలవుతుంది, ముందుకు కదులుతుంది
ఒక టెర్మినస్ (నువ్వు) దూరంగా.

ఇద్దరు ప్రయాణికులు, ఒక్కొక్కరు దీపంతో,
చీకటిలో, నిశ్శబ్దంగా, మూగగా కదలండి.
దూరం రాత్రంతా గుణించబడుతుంది.
మొత్తానికి కలిసే లెక్క.

తెల్లరొమ్ము నల్లరొమ్ము ✿ 131

Joseph Brodsky: United states, Soviet union,

Nobel prize: 1987

టెర్మినస్: స్థలం లేదా సమయంలో చివరి పాయింట్.

వెదురు వేణువు

ఓ కీర్తిగల ఆత్మ

జీవితపు సంగీతాన్ని ఎవరు వాయిస్తున్నారు?

సమయం మరియు ప్రదేశాలను దాటి.

ఈ బలహీనమైన వ్యక్తిని

తెలియని దేశంలో వదిలేశారు.

కనిపించకుండా వాడిపోడానికి,

రెల్లుగడ్డగా మార్చారు.

నీ నిరపాయమైన దయ ద్వారా

నీ ఊపిరి నిండా

నా తోటి జీవి యొక్క రెల్లు

జీవితంతో ఉత్సాహంగా ఉంటుంది.

ప్రపంచ దివ్య గాయకుడు,

మనసులకు మత్తుగా,

నాలో సంగీతంగా

జీవించడానికి ఇష్టపడతారు;

నేనెలా ధైర్యం చేస్తాను
సంతోషకరమైన పరిత్యాగంలో
జీవితపు పాటలు పాడండి.

సూర్యుడి అలలు
సంతోషంతో నవ్వుతాయి,
ప్రేమ యొక్క ఆనందకరమైన
గుసగుసలు శాశ్వతంగా ప్రవహిస్తాయి
ఉప్పొంగుతున్న గర్జన,
జీవితపు పోరాటాలు,
కన్నీటితో చెడిపోయిన కళ్ళు
మనోజ్ఞతను ప్రేరేపిస్తుంది.
భయపెట్టే నీడలు
చెడు మేఘాల కులం
చాలా అవసరం-
ఇవన్నీ సామరస్యంగా
నా పాట ద్వారా వడపోత చేయడానికి.

రేపు నిశ్శబ్దం

జాని తక్కెడశిల ☸ 134

ఈ రెల్లు పడిపోవచ్చు
కాలపు చెత్త కుప్పలోకి,
పనికిరాని ధూళిగా మారవచ్చు.
కొందరు విలపించవచ్చు,
ఇతరులు సంతోషిస్తారు;
ఆందోళన చెందకుండా, నేను చేస్తాను
శాశ్వతంగా ఉండండి
మీ చేతులు
అత్యున్నతమైన ఆనందంలో.

Translated by: V.V. Menon

From malayalam to english

Original: G. Sankara Kurup, malayalam,

Jnanpith Awardee - 1965

ఓ తల్లీ

ఓ తల్లీ,
నీకు పుట్టినందుకు నేను ధన్యుడిని
నా ఆత్మ ధన్యమైనది,
నీ ప్రేమతో పోషించబడుతోంది

నేను పట్టించుకోను
నువ్వు రాణిలా అలంకరించబడితే
నేను పట్టించుకోను
నువ్వు సురభిలాగా ప్రతి కోరికను మన్నిస్తే
నాకు తెలిసింది ఏమిటంటే
నా ప్రాంగణం సువాసనతో నిండి ఉంది
నీ పవిత్ర ఉనికిని
నీ కొరతపై వచ్చిన విమర్శ, నాకు తెలుసు
వెనుకబడ్డావనే అపహాస్యం,
నువ్వు భరించవలసి వచ్చింది
బంగారంతో అలంకరించబడిన వారికి
దూరంగా ఉంటాను

జాని తక్కెడశిల ☸ 136

నేను నిన్ను
మహిమాన్వితురాలిగా భావిస్తాను
నీ కళ్ళ మెరుపులో
నా కళ్ళు తెరుస్తాను

నేను నీ పవిత్ర భూమిలో
ఆనందంతో పెరుగుతాను
నీ కీర్తి నేను కలం చేస్తాను;
నీ పేరు నేను పిలుస్తాను
నిన్ను సేవించే అదృష్టం కోసం,
నేను అన్నింటినీ తిరస్కరించాను.

English translation: Unknown
Original: Kuvempu, Kannada,
Jnanpith Awardee- 1967

ఆకాంక్ష

ఈ రాత్రి ఆకాశాన్ని తుడిచివేయండి,
నక్షత్రాలపై చీకటిని పూయండి,
నిద్రలేమి మందగింపులో
చంద్రుడిని తుడిచివేయండి.

గాలి బూచి ద్వారా
కళ్ళు కప్పుకొని రండి,
శబ్దాన్ని ముంచుతూ
రాత్రి ముసుగు వేసుకున్న సముద్రం నుండి
అడుగులు వేస్తూ రండి
నా ఊపిరి తీసుకోడానికి
మీ ప్రతి అడుగు
శబ్దం లేకుండా.

నిశబ్దమైన రాత్రిలో
నిద్రలేమి యొక్క శిఖరంపై

జాని తక్కెడశిల ❀ 138

మాటతో కలుద్దాం
మీ ప్రపంచాన్ని బద్దలు కొట్టండి,
ఆకాశంలో చెదరగొట్టండి,
చీకటిలో నా దగ్గరకు రండి.

Bishnu Dey: Bengali,

Jnanpith Awardee- 1971

వెనక్కి తిరిగి చూడలేదు

మై డియర్,
ఎప్పుడూ వెనక్కి తిరిగి చూడలేదు,
ఎప్పుడూ వెనక్కి తిరిగి చూడలేదు.

అతను ఒకసారి నావైపు చూసి
స్నేహపూర్వకంగా నవ్వాడు;
తర్వాత వెళ్లిపోయాడు వెళ్లిపోయాడు వెళ్లిపోయాడు
మై డియర్,
ఎప్పుడూ వెనక్కి తిరిగి చూడలేదు
ఎప్పుడూ వెనక్కి తిరిగి చూడలేదు.

గాలిలో వెదజల్లే సువాసన,
'అక్కడికి వెళ్ళు, అక్కడికి వెళ్ళు' అంటుంది;
నా మనసు పట్టించుకోకుండా అనుసరించింది,
మై డియర్,
ఎప్పుడూ వెనక్కి తిరిగి చూడలేదు

జాని తక్కెడశిల ❀ 140

ఎప్పుడూ వెనక్కి తిరిగి చూడలేదు.

నా హృదయం ఇకపై నాది కాదు,
వర్షించినా, మెరిసినా నేనేమీ పట్టించుకోను;
నా మనసు దాని గమ్యాన్ని అనుసరిస్తుంది,
మై డియర్,
ఎప్పుడూ వెనక్కి తిరిగి చూడలేదు
ఎప్పుడూ వెనక్కి తిరిగి చూడలేదు.

సూది కంటిలోని దారంలా,
బురదలో చిక్కుకున్న పాదంలా,
కాలంలో ప్రయాణించే కాలచక్రంలా,
మై డియర్,
ఎప్పుడూ వెనక్కి తిరిగి చూడలేదు
ఎప్పుడూ వెనక్కి తిరిగి చూడలేదు.

English: Madhav Ajjampur

Poem Details: first published in 1951.

Dattatreya Ramachandra Bendre, kannada,

Jnanpith Awardee - 1973

(పాత పెయింటింగ్ గురించి)

ఖాళీ స్థలం

రెండు రాజ్యాలు మాత్రమే ఉన్నాయి:
మొదటిది నన్ను, అతడిని బయటకు విసిరేసింది.
రెండవ దాన్ని మేము విడిచిపెట్టాము.

ఒట్టి ఆకాశం కింద
నేను చాలా కాలంగా
నా శరీరంతో వర్షంలో తడిశాను,
అతను చాలా కాలంగా
వర్షంలో కుళ్లిపోయాడు.

ఆ తర్వాత విషంలా
సంవత్సరాలను తాగాడు.
వణుకుతున్న చేత్తో నా చేతిని పట్టుకొని
రండి, కాసేపు మన తలపై కప్పు వేసుకుందాం.
చూడండి, మరింత ముందుకు చూడండి, అక్కడ
నిజం మరియు అబద్ధం మధ్య,

తెల్లరొమ్ము నల్లరొమ్ము ❀ 143

కొద్దిగా ఖాళీ స్థలం.

Amrita Pritam: Punjabi,
English: D.H. Tracy & Mohan Tracy,
Jnanpith Awardee - 1981

బిగ్ బ్యాంగ్

ఎందుకీ పరిచయం ప్రియతమా, నువ్వు నాలో ఉన్నావు,
నక్షత్రాలతో కూడిన రాత్రుల ప్రతిబింబాలు, జీవిత
జ్ఞాపకాలు,
చిన్న అక్షరాల్లోనే జీవిత సృష్టి,
సున్నితమైన అడుగుజాడలను
కళ్ళు గమనిస్తాయి
నాకు ఇకపై నిధి అవసరం లేదు,
నువ్వే నాలో ఉన్న నిధివి.

సూర్యోదయం వంటి నీ మిరుమిట్లు, ప్రకాశవంతమైన
చిరునవ్వు
సుగంధ దుఃఖానికి ప్రతిబింబమా,
ఇది స్పృహ, కలలు కనే నిద్ర,
నన్ను అలసిపోనివ్వు, నిరంతరం నిద్రపోనివ్వు
నేను సృష్టిని అర్థం చేసుకుంటానా, బిగ్ బ్యాంగ్!

నువ్వే గీశావు, నేను కేవలం రూపురేఖలు మాత్రమే,

తెల్లరొమ్ము నల్లరొమ్ము ⚛ 145

నువ్వే మధురమైన పాటవి, నేను కేవలం స్వరాల తంత్రిని మాత్రమే,

నువ్వు అపరిమితమైనవాడివి, నేను పరిమితుల భ్రమ మాత్రమే,

నిజమైన చిత్రం, ప్రతిబింబానికి రహస్యం

ప్రేమికులుగా ఎందుకు నటించాలి?

ఎందుకీ పరిచయం ప్రియతమా, నువ్వు నాలో ఉన్నావు.

Mahadevi Varma, Hindi,

Jnanpith Awardee - 1982

యవ్వనం

నా కూతురి యవ్వనం;
మిద్దె మీద ఉన్నప్పుడు
అతిపెద్ద నీలాకాశం కావాలి,
తన చిట్టి చిట్టి చేతుల్లో
దాన్ని అలా పట్టుకోవాలి
యవ్వనం పెరిగేకొద్దీ
ఏమేమో కోరుకుంటుంది
చిన్న దువ్వెన, అద్దం కోసం
జాతరలో సందడి చేస్తుంది
నేను చాలా సోమరిగా ఉన్నాను
తను నాతో ఉండదని తెలుసు,
తర్వాత ఒకరోజు సిందూరం పెట్టుకుంటుంది
తన వెండి పెట్టెను తెరవచ్చు
అకస్మాత్తుగా ఆలోచించవచ్చు
ఆమె పోగొట్టుకున్నది ఏమిటి?
ఆ క్షణంలో

తెల్లరొమ్ము నల్లరొమ్ము ❀ 147

తన బిగించిన పిడికిలిని విప్పాలి
నీలాకాశం గాలిలో కొట్టుకుపోయింది
ఆమె పెద్దదయ్యింది.

Subhash Mukhopadhyay, Bengali,

English: Antara Dev Sen,

Jnanpith Awardee - 1991

వెలుగును ఇవ్వగలవా?

ప్రతి మాట

స్వంత కాళ్ళపై నిలబడాలనుకుంటున్నాను.

ప్రతి నీడ

సొంత కళ్ళను కలిగి ఉండాలనుకుంటున్నాను.

ప్రతి స్థిరమైన పదం

స్వేచ్ఛగా నడవాలని కోరుకుంటున్నాను.

ఎవరో నన్ను కవి అన్నారు

ఆ పిలుపును నేను కోరుకోను.

నేను చాలా మందితో నడవగలను

భుజం భుజం కలుపుకొని, చేతులు పట్టుకొని

చనిపోయేవరకు.

ఓ! కానీ నేను ట్రాక్టర్ పక్కన

నా పెన్ను పడేసి చెప్పగలను

నేను ఇప్పుడు పూర్తి చేసాను

బ్రదర్, నువ్వు నాకు వెలుగునిస్తావా?

తెల్లరొమ్ము నల్లరొమ్ము ✳ 149

Subhash Mukhopadhyay, Bengali,
Jnanpith Awardee - 1991

పాకిస్తాన్

ఓ పాకిస్తాన్, ఖగోళ భూమి!
నీ హృదయాన్ని ఇవ్వు
బదులుగా నా మనసును తీసుకో
ఒకప్పుడు మనం ఒకే ఆకాశాన్ని పంచుకున్నాము
ఒకే సూర్యుడు కలిగిన ఆకాశం
యుద్ధభూమిలో కవలల్లా అదే బాధను పంచుకున్నాం
దుమ్ము తొలగించుకోడానికి.

 *

మెలికలు తిరిగిన ముళ్ల కంచె వల్ల
మనిద్దరి మాంసం చీలిపోయింది
బలహీనమైన కాగితంపై
వాళ్లు విభజన రేఖను గీశారు
వేదన, కన్నీళ్ల రేఖ.

ఎవరైనా
మన పచ్చి మాంసం మీద,
గుండె లోపల
అలాంటి గీతను గీయగలరా?

తెల్లరొమ్ము నల్లరొమ్ము ✿ 151

*

స్నేహితులారా!

మీరెక్కడున్నారో అక్కడే సంతోషంగా ఉండండి.

జ్ఞాపకశక్తి ఎప్పటికీ క్షీణించదు, కవులు అంటారు

దూరం దానిని శుద్ధి చేస్తుంది...

మనం ఒకే చెట్టు కింద కూర్చున్నాం,

అవే పువ్వుల పరిమళాన్ని

అప్పటివరకు ఆస్వాదించాము

నదులను అనేక ముక్కలు చేశారు!

మనం ఆడుకున్న

పర్వతాలు, పూల తోటలను

నాశనం చేశారు.

*

మనం లెక్కించిన అలలేవి?

ఆడపడుచుల తేనె పూసిన

పెదవుల వలె!

మన తల్లులు నేసిన

అవే బట్టలను వేసుకున్నాము!

చలిలో వణికాము,

వేసవిలో వీపుల మీద నుండి

జాని తక్కెడశిల ✺ 152

చెమటను జారవిడచాము.

*

గాలిబ్ మోమిన్ మరియు జౌక్

కవితల నుండి అదే వైన్‌ని

ఆస్వాదించాము

రక్తం తడిసిన ఆకాశం కింద

బాధతో కలిసి ఏడ్చేశాం.

*

ఓ పాకిస్తాన్, ఖగోళ భూమి!

నీ హృదయాన్ని ఇవ్వు

బదులుగా నా మనసును తీసుకో

మనం మాట్లాడాల్సిన అవసరం లేదు

నిశ్శబ్దం మాత్రమే స్పష్టమైన స్వరంతో మాట్లాడుతుంది.

ఓ పాకిస్థాన్! తల్లి యొక్క సువాసనను

నిశ్శబ్దం తీసుకురాగలదు

మౌనం బహిర్గతం చేయగలదు.

సట్లెజ్, చీనాబ్ మరియు తూర్పు ఎర్ర నది

యొక్క స్వర్గపు అందం!

నిశ్శబ్దం మిలియన్ స్వరాల వలె

బిగ్గరగా ఉంటుంది

ఓ పాకిస్థాన్! ఖగోళ భూమి!
వికసించిన గన్ పౌడర్ పొగతో
మన కళ్ళు మసకబారాయి!
తెలియని మంటల వల్ల
మన ఆత్మ గాయపడింది!
ఈ కళ్ళు
సట్లెజ్, చీనాబ్
మరియు తూర్పు ఎర్ర నది ఒడ్డున
కొత్త సూర్యోదయాన్ని చూస్తాయి!

ఓ పాకిస్తాన్, ఖగోళ భూమి!
నీ హృదయాన్ని ఇవ్వు
బదులుగా నా మనసును తీసుకో

Indira Goswami, Assamese,
Jnanpith Awardee - 2000

చివరి రోజు

సందడితో నిండిన ఇంట్లో, దుమ్ముతో నిండిన ప్రాంగణంలో

చివరి వయసుకు సంబంధించిన కాస్త సామాను ఉంచాను

పొగమంచుతో కూడిన విషాద సూర్యుని

మొదటి కిరణం ఆకాశంలో ప్రకాశించింది;

ఆ దిక్కు వణుకుతో లేచింది.

ఇరుగుపొరుగు పెద్ద వాళ్ళు నా క్షేమం అడిగారు,

గృహిణులు నాతో మాట్లాడారు,

పిల్లలు ఉత్సుకతతో చుట్టుముట్టారు,

కుక్క, ఒక నిమిషం మొరిగిన తర్వాత నా పాదాల వాసన చూసింది.

తాళాలు తెరవబడ్డాయి, తలుపులు మూలిగాయి,

వారి శరీరాలు కదలలేని స్థితిలో దగ్గరగా ఉన్నాయి.

లోపల నుండి పాత గాలి పరిగెత్తడానికి

తెల్లరొమ్ము నల్లరొమ్ము ❀ 155

మార్గాన్ని వెతికింది
చనిపోయిన ఆత్మ నిరాటంకంగా లేచినట్లు.

ఇంట్లోకి వెళ్ళాను, ఒక్క క్షణం చీకటి నన్ను కమ్ముకుంది.
కాంతి వెలిగించినట్లుగా
మట్టి పాత్రను చూశాను.

Rajendra Keshavlal Shah: Gujarati,

English: P. Machwe

Jnanpith Awardee - 2001

శంఖు చక్రాలు

ఎవరో వస్తానన్నారు కానీ రాలేదు.
మెట్ల నుండి అటువైపుకు తిరగాలనుకున్నారు
కానీ అలా చేయలేదు.

మిరమిట్లు గొలిపే మచ్చలతో
లాండ్రీ నుండి వచ్చిన
నా షర్టు బటన్ వేసుకుంటాను
ఒక విచిత్ర విధిలా.
తలుపు మూసి, నిశబ్దంగా కుర్చుంటాను.
ఫ్యాన్ తిరిగి,
గాలిని అగ్ని గుండంగా మార్చింది
పెద్ద శబ్దం చేస్తూ.

ఎవరో రావాల్సి ఉంది కానీ రాలేదు
పర్వాలేదు!
మౌనంగా గోడను ఆనుకున్నాను
గోడగా మారడానికి.

తెల్లరొమ్ము నల్లరొమ్ము ⚛ 157

నా భుజంపై గాయపడిన పక్షి విపరీతంగా నవ్వుతుంది,
భుజం మీద ఉన్న నవ్వు!

రక్తం మరియు మాంసాలతో కూడిన నా ఆత్మ
సూది కంటిలో పొడవైన దారాన్ని ఉంచుతుంది.
నేను, నా కొడుకు గొడుగుపై ఒక చిరుగును కుట్టాను.
అతని ముక్కును ఎంపిక చేసుకొని
లాభ నష్టాల బేరీజు వేస్తాను:
నేను ఒకదాన్ని "ఏనుగు" అని మరియు మరొకదాన్ని
"సింహం" అని పిలుస్తాను.
ఎవరో వస్తానన్నారు కానీ రాలేదు.
మెట్ల నుండి అటువైపుకు తిరగాలనుకున్నారు
కానీ అలా చేయలేదు.

నేను నా పిల్లలకు చక్కిలిగింతలు పెట్టాను,
పిల్లలు నాకు చక్కిలిగింతలు పెట్టారు; సంకల్పంతో
నవ్వాను,
ఎందుకంటే
నాకది చక్కిలిగింతగా అనిపించలేదు.

జాని తక్కెడశిల ✿ 158

పర్వాలేదు.

నేను సంకేతాల కోసం వారి వేళ్లను స్కాన్ చేస్తాను:
తొమ్మిది శంఖములు మరియు ఒక చక్రం.

గమనిక: తొమ్మిది శంఖాలు, ఒక చక్రం అనేది భారతీయ
హస్తసాముద్రిక శాస్త్రంలో, సంతోషకరమైన జీవితాన్ని
తెలిపే వేళ్ల కొనలపై రేఖల నిర్మాణాలు.

Vinda Karandikar: Marathi

Jnanpith Awardee - 2003

వేళ్లను
కత్తిరించుకుంటూ

ఫెర్న్స్ లాంటి
మీ వేళ్లను కత్తిరించుకుంటూ
కట్టలుగా ఉన్న ఫెర్న్స్ లాంటి
మీ వేళ్లను కత్తిరించుకుంటూ
మీరు వాటిని అజరా చీకటిలో అమ్ముతారు

సోదరి

నువ్వు ఏ ఊరి నుండి వచ్చావు

అక్కడి ప్రజలు తుది శ్వాస విడిచారా?

మీరు పుట్టలలో ఎకాన్ను నాటారా?

చెరువులో చేపలను సజీవంగా ఉంచుతున్నారా?

మీ మగవాళ్లు

ఇంటికి తిరిగి వచ్చారా?

గోడల మీదున్న చెంచులు ద్వారా

జాని తక్కెడశిల ❀ 160

అర్ధరాత్రి నదులు ఉధృతంగా ప్రవహిస్తున్నాయా?

ఓ సోదరి
పుర్రె లాంటి మీ వంట గదిలో
రోజులను కాపాడుకోండి
మీ మేల్కొనే కళ్లతో
గేట్‌వే వద్ద కాంచన్ చీకటిని కాల్చండి

సోదరి
నువ్వు ఏ ఊరి నుండి వచ్చావు?
చీలిపోతున్న గుండెకు గోరింట వాడుతావా?

Nilamani Phookan: Assamese

English: Krishna Dulal Barua

Jnanpith Awardee - 2021

Ajara: గౌహతి ఎయిర్-పోర్ట్ సమీపంలో ఒక ప్రదేశం

Akon: పొడవాటి విశాలమైన ఆకులతో ఒక చిన్న చెట్టు, దానిలో ఒక వైపు తెలుపు రంగు ఉంటుంది

Kanchan: ఒక పుష్పించే చెట్టు

Ferns: పువ్వులు లేని మొక్కలు.

జనవరి 26

సిగ్నల్ దగ్గర కారు ఆగగానే
అతను మళ్లీ వెళ్లాడు,
పోలియో బారిన పడిన తన కాలును తడుముకున్నాడు.

అతడి తల్లి
అడ్డుకునే ప్రయత్నం చేసింది కానీ
ఆమె దగ్గు
తన గొంతును అణచివేసింది.

"ఈ త్రివర్ణ పతాకం రెండు రూపాయలే, ఈరోజు గణతంత్ర దినోత్సవం
ఒకటి తీసుకోండి, దేశానికి మంచిది."

సిగ్నల్ మారింది,
కారు దూసుకుపోయింది.
బహుశా!

ఈ దృశ్యం కూడా
దేశంలో ఎక్కడో ఒక చోట
పండుగ పోటీల్లోనో, నాటకాల్లోనో కనిపించవచ్చు!

Gulzar, Urdu

Jnanpith Awardee - 2024

దారి మళ్లింపును ఉపయోగించండి

నాకు
అతను హిందువని చెప్పారు.
ఒకరోజు,
వీధి చివర్లో
గుంతను తవ్వడం చూశాడు
అప్పటి నుండి అల్లర్లు జరగడం గమనించాడు.

రెండు మూడు మృతదేహాలు, చుట్టూ మంటలు,
ఆ రంధ్రం వారి రక్తంతో నిండిపోయింది.

రంధ్రం పక్కన, ఒక బోర్డు వెలిసింది:
"పని   పురోగతిలో   ఉంది,   మళ్లింపును
ఉపయోగించండి".
అతను ముస్లిం అయ్యాడు
కానీ గుంతలో రక్తం మాత్రం ఎండిపోలేదు

తెల్లరొమ్ము నల్లరొమ్ము ❀ 165

రోడ్డు పనులు ఇంకా కొనసాగుతున్నాయి.

Gulzar, Urdu

Jnanpith Awardee - 2024

ట్రాఫిక్ జామ్

డెబ్బై ఏళ్లుగా
నేను ట్రాఫిక్ జామ్‌లో చిక్కుకున్నాను
న్యూఢిల్లీ పార్లమెంట్ స్ట్రీట్‌లో భారీ రద్దీ నెలకొంది.
కుడివైపు వరుసలో తోపులాట జరిగి ప్రజలు కొట్టుకున్నారు
ఎప్పటి నుండో ఎవరికీ తెలియదు;
ఎడమవైపున కొన్ని ఇతర వరుసలు చిక్కుకుపోయి ఉన్నాయి;
చూడండి, పురుషులు ఒకరిపై ఒకరు నిలబడి ఉన్నారు:
ఎవరో సీట్లు పంచుతున్నారు, మరొకరు కుర్చీలు లాగుతున్నారు;
ఎవరూ ముందుకు వెళ్లరు, లేదా పక్కకు తప్పుకోరు.
డెబ్బై ఏళ్లుగా
నేను ట్రాఫిక్ జామ్‌లో చిక్కుకున్నాను.

Gulzar, Urdu

Jnanpith Awardee - 2024

తెల్లరొమ్ము నల్లరొమ్ము ❀ 167

న్యూఢిల్లీలో కొత్తదేమీ లేదు

న్యూఢిల్లీలో నిజంగా కొత్తేమీ లేదు
ప్రతి ఐదేళ్లకోసారి కొత్త ప్రభుత్వం వస్తుంది
పాత సమస్యలను కొత్త పథకాలకు మారుస్తుంది.

స్కాబార్డ్స్ కొత్తగా తెరవడం
తుప్పు పట్టిన చట్టాలన్నింటినీ మళ్లీ విప్పుతారు
అది గడ్డిని గానీ, మెడను గానీ కత్తిరించదు!

Gulzar, Urdu

Jnanpith Awardee - 2024

Scabbards: తోలు లేదా లోహంతో తయారు చేయబడిన కత్తి లాంటి వస్తువు.

న్యూస్ పేపర్

నేను న్యూస్ పేపర్ తీసుకున్నాను
కొన్ని అప్రధానమైన కథలు నా ఒడిలో పడ్డాయి.
చెత్తబుట్టలో పడవేయబడిన పిల్లవాడు
సజీవంగా ఉన్నాడు
మూడు రోజుల పాటు అతనికి పాలిచ్చిన కుక్క ద్వారా;
ఆ తర్వాత కొందరు వచ్చి చిన్నారిని తీసుకెళ్లారు.
కుక్క ఇప్పుడు పగలు, రాత్రి
చెత్త వద్ద కాళ్లు కదుపుతోంది...

పాస్పోర్ట్ కమీషనర్
అతని అప్లికేషన్ వైపు చూస్తూ అన్నాడు:
"నీ శరీరంపై ఏదైనా పుట్టుమచ్చ ఉందా?
ఏదైనా పుట్టుమచ్చ?
ఏదైనా సరే పుట్టినప్పటి నుండి
చెరిపివేయలేని గుర్తింపు ఉందా?"

తెల్లరొమ్ము నల్లరొమ్ము ✤ 169

సిక్కు, కొన్ని నిమిషాలు ఆలోచించి
ఆపై అకస్మాత్తుగా తన చొక్కా విప్పాడు:

"కాలిన గుర్తు ఉంది సర్జీ,
'84 నుండి.
ఇది చెరిపివేయబడదు!"

Gulzar, Urdu

Jnanpith Awardee - 2024

చివరి లేఖ

నా కుమారుడా,
గత ముప్పై సంవత్సరాలుగా
ఊపిరితిత్తుల్లో ప్రాణం ఉన్నంత వరకు
నేను దోచుకున్నాను;
దోచుకోవడం కష్టంగా మారినప్పుడు
పట్టుకున్నాను;
పట్టుకోలేనప్పుడు లేదా దోచుకోలేనప్పుడు
హత్య చేయబడ్డాను;

అది అయిపోయాక
ఊరి ఉరితాడును ధరించాను;
మర్చిపోవద్దు, చాలా సంవత్సరాల తర్వాత
నీ వంతు కూడా వస్తుంది.

ఆరేళ్ల పిల్లలకు ఇది తప్పనిసరి

తండ్రి వృత్తిని నేర్చుకోవడం ద్వారా జీవితాన్ని ప్రారంభించడం
కానీ గుర్తుంచుకోండి,
రాజకీయ నాయకుడితో ఎప్పుడూ గొడవ పడకండి
వారి పిల్లలు
ఐదు సంవత్సరాల వయస్సు నుండి
నేర్చుకోవడం ప్రారంభిస్తారు!

Gulzar, Urdu

Jnanpith Awardee - 2024

సుల్తానా డాకు తన కుమారుడికి రాసిన చివరి లేఖ
సుజిత్ సరాఫ్‌కి ధన్యవాదాలు.

Thumecal
(దేవుడా నిషేధించు)

నాకు భయంగా ఉంది.
ఆమె తల దట్టంగా
పూలతో అలంకరించబడింది,
శరీరం శృంగారంలో కొట్టుకుపోయింది.

వివాహిత స్త్రీ వేసుకున్న పెళ్లి వేషం;

శృంగారం ఉల్లాసంగా జరిగింది,
ఆమె హోత్రీ
పదే పదే ప్రశంసలతో నిండిపోయింది,
ఆమె నుదిటి పాపిడిలో
మూగపోయిన కుంకుమ గుర్తు,
చేతుల నిండుగా గాజులు,
ఎరుపు రంగు రోదనను

పులుముకున్న పెదవులు,
నేను మృత్యువులా ఆశ్చర్యపోయాను
సిగ్గుపడుతున్నాను
నా మీద నాకే కోపం వచ్చింది.

ఘుమెకల్, దేవుడా తప్పు జరుగుతోంది, దయచేసి నిషేధించు
కళ్ళు మూసుకుని
నేను ఊహించిన భవిష్యత్తును తుడిచివేస్తాను.

ప్రతిజ్ఞ చేస్తున్నాను
ఆ రోజు,
ఆ ఇంట్లోకి అడుగు పెట్టను
తరువాత ఆమె జీవితంలో
ఇలాంటి అనేక అడుగులు
వెనక్కి తగ్గుతాయి-
వెనక్కి తగ్గుతూ ఉండండి.

Konkani: Anwesha Singbal

English: Gauravi Khaunte

Thumecal: ఘుమెకల్ అనేది ఏదైనా చెడు జరగబోతున్నప్పుడు ఉపయోగించే పదం.

Hoti: వివాహిత స్త్రీకి కొబ్బరికాయలు సమర్పించడాన్ని హోతి అంటారు.

చట్టవిరుద్ధం

అక్రమ సంబంధమంటే ఏమిటని అడిగాడు?

నేను కంగారుపడ్డాను

పెళ్లి తర్వాత

మరొక స్త్రీతో శారీరకంగా సన్నిహితంగా ఉండటమే

ఆ పదానికి అర్థమా?

లేదా

అంతకు మించి మరేదైనా ఉందా!

ఎప్పుడూ వినని అర్థం

ఇద్దరి మనసుల కలయిక

నిజంగా అంత సులభం కాదు

పెళ్లి, జీవితానికి ముగింపు కాదు.

అయినా, ఆ ఒక్క బంధంలో మాత్రమే

జవాబుదారీతనం లేకుండా

చిక్కుముడి లాంటి షరతులు ఎందుకున్నాయి?

ఒకవేళ నిజంగానే

మనసులు మరెక్కడైనా బందీ అయ్యాయా

జాని తక్కెడశిల ❀ 176

అలాంటప్పుడు
కనుబొమ్మలను ఎందుకు ముడి వేయాలి?
రెండు మనసుల కలయిక
ఎల్లప్పుడూ కామం కాకపోవచ్చు
మరి పరిమితులను ఎలా నిర్ణయించాలి?
గీతను ఎలా గీయాలి?
ఎక్కడైతే శారీరక దోపిడీ ఉండదో
కేవలం భక్తితో కూడిన బంధం ఉంటుందో
పరిమితులు, సరిహద్దులు, సామాజిక అడ్డంకులు
లేని నిస్వార్థ బంధాలు ఉంటాయో!
ఏ బంధమైతే సమాజ దృష్టిలో తప్పో
అందులో స్వార్థం, అనుమానం, అసూయ ఉండచ్చు.
మధురమైన సమాజానికి
ఈ వైఖరి మాత్రమే ఉందా?
నిజానికది అనైతికం
అవధుల్లేని అమాయకత్వం
పారదర్శక సంబంధాలకు
లేబుల్స్ అవసరం లేదు
అలాంటి సంబంధాలు

ప్రత్యేకమైన పారవశ్యాన్ని అనుభవిస్తాయి
నిస్వార్థ మనసులు
భక్తితో కూడిన ప్రేమ
మాత్రమే ఉన్నాయి.

Konkani: Anwesha Singbal

English: Gauravi Khaunte,

Dr Tanvi Kamat Bambolkar

చాలా ప్రేమ

అతనిప్పటికీ
నన్ను మునుపటిలాగే ప్రేమిస్తున్నాడు.
పదహైదు నిమిషాల క్రితం
అవధులు లేకుండా ప్రేమించిన నా తండ్రి
ఇప్పటికీ అంతే ప్రేమిస్తున్నాడు.
భయపడ్డాడు, అనుచుకున్నాడు, చలించిపోయాడు
అతని ప్రేమ ఏమాత్రం తగ్గలేదు. కనీసం రవ్వంత కూడా.
సమయం తీసుకున్నాడు:
నేను చెప్పింది అర్థం చేసుకోడానికి
ఒప్పుకోలేదు, గాబరాపడుతూ
హోమోసెక్సువల్ పదానికి అర్థం తెలుసుకోడానికి
గూగుల్ చేశాడు
అయినా
అతని ప్రేమ ఏమాత్రం తగ్గలేదు. కనీసం రవ్వంత కూడా.
అర్థం కోసం, సంబంధిత సమాచారం కోసం,
హోమోసెక్సువల్ జబ్బుకు వైద్యం కోసం కూడా వెతికాడు.
అతనికి ఇప్పుడిప్పుడే తెల్లవారుతోంది

ఇది జబ్బు కాదన్నాను
క్రమంగా నా మాటల సారాన్ని గ్రహించాడు
కానీ అతని ప్రేమ ఏమాత్రం తగ్గలేదు. కనీసం రవ్వంత
కూడా.

నా గుర్తింపుతో పాటు,
నా ప్రియురాలి మీదున్న ప్రేమను గ్రహించాడు
నా ప్రేమ కథను సంశయంగా విన్నాడు
కానీ అతని ప్రేమ ఏమాత్రం తగ్గలేదు. కనీసం రవ్వంత
కూడా.

అతని తడి కళ్ళలో
అతని నిశ్శబ్ద మాటల్లో
అతని గట్టి కౌగిలిలో
అతని వెచ్చని ఓదార్పు స్పర్శలో
ఏమాత్రం మార్పు లేదు
అతని ప్రేమ
ఇప్పటికీ అలాగే ఉంది
బహుశా, ఇంకాస్త పెరిగి ఉండవచ్చు.

Konkani: Anwesha Singbal

English: Gauravi Khaunte

నగ్నం

I

Bathhouse, Hakone, Japan

ఒకసారి గుమ్మం దాటిని తర్వాత
ఆమె బట్టలు విప్పుతుంది.
గదిలోని అద్దాలు
ఆమె శరీరాన్ని రిజిస్టర్ చేస్తాయి
ప్రస్తుతానికి నిరూపయోగంగా ఉన్నాయి;
తర్వాత, సుపరిచితమైన ప్రపంచంలోకి తిరిగి ఆమె
ప్రవేశించినప్పుడు,
ఎలా కనిపిస్తున్నానా అని పట్టించుకోవచ్చు, ఆమె
ముఖం
ప్రతిబింబించే సమయంలో సంపూర్ణంగా అమర్చబడి
ఉంటుంది.
నీటి చినుకుల కోసం
ఇతర మహిళలను అనుసరిస్తుంది,
ప్లాస్టిక్ స్టూల్ మీద కూర్చుని,

జాని తక్కెడశిల ❁ 182

నెమ్మదిగా జుట్టును సబ్బుతో కడుగుతుంది
శరీరం శుభ్రం చేసుకుంది

ఎముకలకు విశ్రాంతి ఇవ్వడానికి హాట్ బాత్ లో
నానబెట్టింది,

ఆవిరి, శరీర రంధ్రాలను తెరిచింది,

వేరుచేయబడిన పువ్వులు వికసించాయి.

దాన్ని దాటి, పర్వతాలు మరియు నిశబ్ద సరస్సు

శిలాద్రవాన్ని రక్షించడం, విశ్రాంతి తీసుకోవడం,
మండుతున్న నీరు.

ఇక్కడందరూ నగ్నంగా ఉన్నారు, ఆమె

గుర్తించదగిన నాణ్యత లేని

విభిన్న స్త్రీ రూపం.

II
Bathhouse, Centreville, Virginia

ఆమె స్నేహితులు పెద్దవారవుతున్నారు;

నవ్వు వారి శరీరంలో లోతుగా ఉంటుంది,

ఉదయపు, సూర్యునివలె

వారి కన్నుల నుండి చిమ్ముతుంది.
మీకు చెప్పలేకపోయింది
శారీరకంగా అవి ఆమె లాంటివే లేదా కాకపోవచ్చు
ఈరోజు అవి కూడా నగ్నంగా ఉన్నప్పటికీ,
అప్పుడప్పుడు మాత్రమే నీటితో కప్పబడుతున్నా
ఆమె వాటితో పోల్చుకోలేదు,
వాటి పరిమాణాన్ని లేదా చుట్టుకొలతను కొలవదు
ఎందుకంటే అవి లైంగిక విషయాలు కావు.
ఆవిరి, మంచు, మట్టి మరియు రాయి మధ్య
ఎవరు చూస్తున్నారు? ఎవరూ లేరు.

English: Leeya Mehta

ఇప్పటికీ
నేను ఉదయిస్తాను

మీరు నన్ను చరిత్రలో లిఖించవచ్చు
మీ చేదు, వక్రీకృత అబద్ధాలతో,
నన్ను చాలా మురికిలోకి తొక్కవచ్చు
కానీ అప్పటికీ, దుమ్ములా, పైకి లేస్తాను.

నా అసహనం మిమ్మల్ని కలవరపెడుతుందా?
నీవెందుకు అంధకారంలో ఉన్నావు?
ఎందుకంటే
నేను చమురు బావులను పొందినట్లు నడుస్తాను
నా గదిలో పంపింగ్ ఉంది.

చంద్రుల, సూర్యుల వలె
ఆటుపోట్ల నిశ్చయతతో,
ఆశలు చిగురించినట్లు,

ఇప్పటికీ ఉదయిస్తాను.

నేను విచ్ఛిన్నం అవ్వడాన్ని చూడాలనుకుంటున్నారా?
తల వంచి, చూపులు నేల మీద వేసి?
భుజాలు కన్నీటి చుక్కల్లా రాలలని,
నా ఆత్మీయ కేకలను
బలహీనపరచాలనుకుంటున్నారా?

నా గర్వం మిమ్మల్ని బాధిస్తోందా?
మీరు దానిని చాలా కఠినంగా తీసుకోకండి
ఎందుకంటే నా స్వంత పెరట్లో
బంగారు గనులు దొరికినట్లు నవ్వుతాను.

మీ మాటలతో నన్ను కాల్చువచ్చు,
మీ కళ్ళతో నన్ను కత్తిరించవచ్చు,
మీ ద్వేషంతో నన్ను చంపవచ్చు,
కానీ ఇప్పటికీ, గాలి వలె, నేను లేస్తాను.

నా సెక్సీనెస్ మిమ్మల్ని కలవరపెడుతుందా?

ఆశ్చర్యంగా అనిపిస్తోందా
నా రెండు తొడలు కలిసే చోట
వజ్రాలు దొరికినట్టు డ్యాన్స్ చేస్తున్నానా

చరిత్ర అవమానకరమైన గుడిసెల నుండి
నేను ఉదయిస్తాను
నొప్పితో పాతుకుపోయిన గతం నుండి
నేను ఉదయిస్తాను
నేనొక నల్ల సముద్రాన్ని, దూకడం మరియు వెడల్పు,
ఉప్పొంగడం మరియు ఉబ్బడం
నేను ఆటుపోట్లను భరించాను.

భయం, భయపు రాత్రులను విడిచిపెట్టి
నేను ఉదయిస్తాను
అద్భుతంగా స్పష్టంగా కనిపించే పగటిపూట
నేను ఉదయిస్తాను
నా పూర్వీకులు ఇచ్చిన కానుకలు తెచ్చి,
నేను దాసుని కల మరియు ఆశ.
నేను ఉదయిస్తాను

నేను ఉదయిస్తాను
నేను ఉదయిస్తాను.

English: Maya Angelou

అసాధారణ స్త్రీ

నా రహస్యం ఎక్కడ ఉందోనని

అందమైన మహిళలు ఆశ్చర్యపోతారు

నేను క్యూట్ గా లేను లేదా

మోడలింగ్ చేసే అమ్మాయి శరీర ఆకృతిలో లేను

నేను చెప్పడం ప్రారంభించగానే

అబద్ధం చెప్తున్నానని అనుకుంటారు.

నేను చెప్తున్నాను,

ఇది నా చేతులకు చేరువలో ఉంది,

నా తుంటి పొడవు,

నా పొడవాటి అడుగు,

నా పెదవుల వంకర.

నేనొక అసాధారణ స్త్రీని.

అద్భుత మహిళ,

అది నేను.

నేను ఒక గదిలోకి నడుస్తాను

మీకు నచ్చినంత చల్లగా, మీలాగా
మరియు అతనికి,
ఎవరైతే నిలబడ్డారో లేదా
మోకాళ్ల మీద పడ్డారో.
వాళ్లు నా చుట్టూ తిరుగుతారు,
తేనేతొట్టెలోని తేనెతీగలు.
నేను చెప్తున్నాను,
ఇది నా దృష్టిలో అగ్ని,
మరియు నా దంతాల వెలుగు,
నా నడుములోని ఊపు,
మరియు నా పాదాలలో ఆనందం.
నేనొక అసాధారణ స్త్రీని.
అద్భుత మహిళ,
అది నేను.

పురుషులు, నాలోకి చూసి ఆశ్చర్యపోయారు.
చాలా ప్రయత్నించారు
కానీ వాళ్లు
నా అంతర్గత రహస్యాన్ని చేధించలేకపోయారు.

జాని తక్కెడశిల ⚛ 190

నేను వాళ్లకు చూపించడానికి ప్రయత్నించినప్పుడు,
చూడలేకపోతున్నారని చెప్పారు.
నేను చెప్తున్నాను,
ఇది నా వెనుక వంపులో ఉంది,
నా చిరునవ్వు సూర్యుడు,
నా రొమ్ముల సవారీ,
నా రూపలావణ్యం.
ఎందుకంటే
నేనొక అసాధారణ స్త్రీని.
అద్భుత మహిళ,
అది నేను.

ఇపుడు నీకు అర్థమయ్యిందా
నా తల ఎందుకు వంచలేదో.
నేను అరవడం లేదా దూకడం లేదు
నిజంగా
బిగ్గరగా మాట్లాడుతున్నాను.
నేను దాటుకుంటూ వెళుతున్నప్పుడు,
అది మిమ్మల్ని గర్వపడేలా చేయాలి.

నేను చెప్తున్నాను,
ఇది నా మడమల క్లిక్‌లో ఉంది,
నా జుట్టు వంపులో,
నా అరచేతిలో,
నా సంరక్షణ అవసరం.
ఎందుకంటే
నేనొక అసాధారణ స్త్రీని.
అద్భుత మహిళ,
అది నేను.

English: Maya Angelou

న్యూయార్క్‌లో మేల్కొలుపు

గాలికి వ్యతిరేకంగా
బలవంతంగా కర్టెన్లు ఇష్టాన్ని తెలియజేస్తున్నాయి,
పిల్లలు పడుకున్నారు,
Seraphimతో కలలు మార్పిడి
చేసుకుంటున్నారు.
నగరం
దానికదే లాక్కుంటూ
సబ్వే తాడ్ల మీద మేల్కొంటోంది;
నేనొక అలారం
యుద్ధ పుకారుతో మేల్కొన్నాను,
అబద్ధం తెల్లవారుజాము వరకు సాగుతుంది,
అడగబడని మరియు వినబడని.

English: Maya Angelou

Seraph: ప్రాచీన జుడాయిజంలో ఉద్భవించిన ఖగోళ లేదా స్వర్గపు జీవి.

పంజరపు పక్షి

స్వేచ్ఛా పక్షి
గాలి వెనుక దూకుతుంది
దిగువకు తేలుతుంది
ప్రస్తుతం ముగిసే వరకు
నారింజ సూర్య కిరణాలలో
రెక్కలను ముంచుతుంది
ఆకాశం నాదేనని ధైర్యంగా క్లెయిమ్ చేస్తుంది.

కానీ మరో పక్షి
తన ఇరుకైన పంజరాన్ని తొక్కుతుంది
దాని ఆవేశాన్ని, బానిసత్వాన్ని
అరుదుగా చూడగలరు
రెక్కలు కత్తిరించబడ్డాయి
కాళ్లు కట్టివేయబడ్డాయి
అయినా
పాడటానికి గొంతు విప్పుతుంది.

తెల్లరొమ్ము నల్లరొమ్ము ✿ 195

భయంకరమైన వణుకుతో
పంజరంలోని పక్షి పాడుతుంది
తెలియని విషయాల కోసం ఆరాటపడటం
దాని రాగం సుదూర కొండపై వరకు వినబడుతుంది
పంజరంలోని పక్షి స్వేచ్ఛ కోసం పాడుతుంది.

స్వేచ్ఛా పక్షి
మరొక చల్లని గాలి గురించి ఆలోచిస్తుంది
నిట్టూర్పు చెట్ల వల్ల
వాణిజ్య గాలులు మృదువుగా ఉంటాయి
లావుపాటి పురుగులు
తెల్లవారుజామున
ప్రకాశవంతమైన పచ్చికలో వేచి ఉంటాయి
అదీ, ఆకాశానికి తన పేరు పెట్టింది.

పంజరంలోని పక్షి
కలల సమాధిపై నిలబడి ఉంది
దాని నీడ, పీడకల అరుపు

రెక్కలు కత్తిరించబడ్డాయి, పాదాలు కట్టివేయబడ్డాయి
పాడటానికి గొంతు విప్పింది.

భయంకరమైన వణుకుతో
పంజరంలోని పక్షి పాడుతుంది
తెలియని విషయాల కోసం ఆరాటపడటం
దాని రాగం సుదూర కొండపై వరకు వినబడుతుంది
పంజరంలోని పక్షి స్వేచ్ఛ కోసం పాడుతుంది.

English: Maya Angelou

మాతృత్వపు నల్లదనం

ఆమె పరిగెత్తుకుంటూ ఇంటికి వచ్చింది

మాతృత్వపు నల్లదనం నుండి

ఉక్కిరిబిక్కిరి అవుతున్న లోతైన మాతృత్వపు నల్లదనం

ఆమె ముఖం మీదున్న కన్నీళ్ల మంచు తునకలు

బంగారు మైదానాలు

ఆమె పరిగెత్తుకుంటూ ఇంటికి వచ్చింది

ఆమె ఉలిక్కిపడి కిందకు వచ్చింది

నల్ల చేతులు వేచి ఉన్నాయి

వెచ్చని హృదయం వేచి ఉంది

గ్రహాంతరవాసుల కలలు

నల్లని గొప్ప ముఖాన్ని కప్పేస్తారు.

ఆమె ఉలిక్కిపడి కిందకు వచ్చింది

ఆమె నిర్దోషిగా ఇంటికి వచ్చింది

హాగర్ కుమార్తెగా ఇంకా నల్లగా ఉంది

జాని తక్కెడశిల ❀ 198

షెబా కూతురు లాగా పొడుగ్గా ఉంది
ఉత్తర గాలుల బెదిరింపులు
ఎడారి ముఖం మీద చనిపోతాయి
ఆమె నిర్దోషిగా ఇంటికి వచ్చింది

English: Maya Angelou

హాగర్, షెబా: వ్యక్తుల పేర్లు

పల్స్ ఆఫ్ మార్నింగ్

ఒక రాయి, ఒక నది, ఒక చెట్టు
చాలా కాలంగా
నిష్క్రమించిన వర్గాలకు ఆహ్వానించేవాడు
మాస్టోడాన్ గుర్తించబడింది,
డైనోసార్, తమ నివాసానికి సంబంధించిన
ఎండిన టోకెన్‌లను వదిలివేసింది
భూగ్రహ అంతస్తులో,
వాటి త్వరిత వినాశనానికి సంబంధించిన
ఏదైనా విస్తృత అలారం
దుమ్ము, యుగాల చీకటిలో కలసిపోతుంది.

కానీ నేడు, రాయి ఏడుస్తోంది, స్పష్టంగా, బలవంతంగా;
రండి, మీరు నా మీద నిలబడవచ్చు
మీ సుదూర విధిని తిరిగి ఎదుర్కోండి,
కానీ నా నీడలో స్వర్గాన్ని వెతకవద్దు,
నేను, నీకిక్కడ దాక్కునే చోటు ఇవ్వను.

నువ్వు, దేవదూతల కంటే
కొంచెం తక్కువగా సృష్టించబడ్డావు,
చాలా పొడవుగా వంగి ఉండే
కమ్మే చీకటి
చాలా సేపు పడుకుంది.
అజ్ఞానంతో ముఖం,
నీ నోరు మాటలు చిందిస్తుంది
వధ కోసం ఆయుధాలు.

ఈ రోజు రాయి
మాపై కేకలు వేస్తుంది,
నువ్వు నాపై నిలబడవచ్చు,
కానీ ముఖం దాచుకోవద్దు.

English: Maya Angelou

Mastodon: ఏనుగు లాంటి జంతువు

మెరుపుల నృత్యం

నేటి
వర్షపు కుప్పల గర్భిణీ మేఘాలు
దయాదాక్షిణ్యాలు చూపిస్తున్నాయి
ఎండిపోయిన గొంతుల దుస్థితిని
గ్రహించాయి.
మెరుపు మెరిసింది
పిడుగుల గర్జన అనుసరించింది
వర్షం స్పష్టంగా కనిపిస్తోంది.

వర్షం ఎక్కడుంది?
చీకటి మేఘాలు ఎక్కడ అదృశ్యమయ్యాయి?
ఆకాశం ఖాళీ అయ్యింది
ఒక్క మేఘం కూడా మిగలలేదు.
చంద్రుడు, నక్షత్రాలు కనిపించాయి
రాత్రి వచ్చేసింది
మన రాజకీయ నాయకుల వలె;

జాని తక్కెడశిల ☸ 202

మెరుపుల నృత్యం ముగిసింది
ఎండిపోయిన హృదయాలను పగలగొడుతోంది.

Written by: Lenin Khumancha, Manpuri

Sahitya Akademy Yuva Puraskar Winner - 2021

English: Kshetrimayum Premchandra

చీలిక

దృఢంగా నిర్ణయించుకున్నాను
ఈ జీవితంలో ఖాళీ స్థలం ఉండకూడదు.
అప్పటికి
నాకు ఒక్క ఖాళీ స్థలం కూడా కనిపించలేదు.
చీలికకు ముందు,
చీలిక యొక్క ప్రారంభ బిందువును పరిష్కరించాను.
గొప్ప అహంకారంతో
ఎంత జీవితం గడిపానో!

అప్పటి జీవితాలు చాలా గొప్పవి, నిజమైనవి
అవునా!?
మరీ కలల సంగతి.

రోజు మొదటి కాంతికి మేల్కొలుపు,
ప్రణాళిక దశలు, సరైన దృష్టితో ప్రయాణం,

నడవడానికి నేల లేదు, విశాలమైన ఖాళీలు విస్తరించి ఉన్నాయి,
శూన్యత, జీవిత పిలుపుతో నిమగ్నమై ఉంది.
ఒక చీలికను పూడ్చేందుకు ప్రయత్నిస్తున్నాను
ఫలితంగా నా జీవితంలో అలసట.

నేను కలలుగన్న గమ్యం
చాలా దూరంగా ఉంది.
రోజు రోజుకి
ఆ స్థలం కూడా విస్తరిస్తోంది.

Written by: Lenin Khumancha, Manpuri
Sahitya Akademy Yuva Puraskar Winner - 2021
English: AS Meitei

నా మరణ సంవత్సరంలో

నాకు ఇరవైఐదు సంవత్సరాలు ఉన్నప్పుడు
ఒక అజ్ఞాత పాఠకుడు
వృద్ధాప్యం వచ్చే వరకు జీవిస్తానని చెప్పాడు.

అతను తన వేలిని తడిపి, ఒక పేజీని తిప్పి,
నేను చనిపోయే సంవత్సరాన్ని చెప్పాడు.

ఆ సంవత్సరం వచ్చేసింది.

English: Imtiaz Dharker

ఇక్కడ నుండి

నేను నీకు చెప్పడానికి ప్రయత్నించడం
ఇది మొదటిసారి కాదు.

పర్వతాలు ఎలా బాధిస్తాయి,
సముద్రపు నీరు ఎలా మెరుస్తుంది,
సూర్యకాంతి రుచి ఎలా ఉంటుంది,

మీరు ఇక్కడ ఊహించినట్లుగానే.

నాకు వేరే మార్గం తెలియదు.

గాలిలో కోరిక ఉంది,
నేను నీ చేతి కోసం ప్రయత్నిస్తున్నప్పుడు
రాళ్లు, పదాలు పట్టుకుంటాను.

ఇంకా

పర్వతాలు ఎలా
సూర్యుడు ఎలా
సముద్రం ఎలా

పూర్తి భాషను మింగేస్తాయో.

నాకు అభ్యంతరం లేదు
ఇది చెప్పే మొదటి వ్యక్తిని నేను కాదు:
నేను నీకు చెప్పడానికి ప్రయత్నించడం
ఇది మొదటిసారి కాదు.

నేనిక్కడ ఉన్నాను, ఇక నుండి
నువ్వు నేనే, నేను నువ్వే,

నీ నుండి.

English: Chelsea Humphries

జాని తక్కెడశిల ✿ 208

నాలుగు మాటలు

ఇతర భాషల నుండి తెలుగులోకి అడపాదడపా సాహిత్యం అనువాదం అవుతోంది. అది కూడా చాలా తక్కువ మోతాదులోనే, నిజానికి వేళ్ళ మీద లెక్కపెట్టవచ్చు. అయితే తెలుగు సాహిత్యం ఇతర భాషల్లోకి అనువాదం అవ్వడం లేదు, ప్రపంచ సాహిత్య ఆకాశం మీద ఎగరలేకపోతోంది. మలయాళం, కన్నడం, తమిళం లాంటి దక్షిణ భారతదేశ సాహిత్యం మనకంటే ముందు వరసలో ఉంది.

రెండు భాషల మీద పట్టు ఉండటమే కాకుండా సాహిత్యం మీద ఎనలేని ప్రేమ, భాద్యత, ఓపిక కూడా అనువాదకుడికి ఉండాలి. తెలుగు సాహిత్యం అనువాదం కాకపోవడానికి అనేక కారణాలు ఉన్నాయి. అనువాదకులను ప్రోత్సహించకపోవడం ప్రధాన కారణంగా చెప్పుకోవచ్చు. పత్రికా యాజమాన్యాలు, సాహిత్య సంస్థలు, ప్రభుత్వాలు అనువాదకులను, అనువాద సాహిత్యాన్ని ఉద్యమంలా ప్రోత్సహించాలి.

అనువాదకులను రెండు రకాలుగా విభజించుకుంటే: ఒక రచన నచ్చి అనువాదం చేసేవారు

తెల్లరొమ్ము నల్లరొమ్ము ⚛ 209

మొదటిరకం అనుకుంటే, పేరు ప్రఖ్యాతలు, ఇతర లబ్ధి కోసం చేసేవారు రెండో రకం. మొదటి రకం అనువాదకుల అనువాద సాహిత్యంలో నాణ్యత మెండుగా గమనించవచ్చు. అది రెండో రకం అనువాదకుల్లో ఉండే అవకాశం తక్కువగా ఉంటుంది. మొదటి రకం అనువాదకులే ఉత్తమ అనువాదకులుగా భావించవచ్చు.

ఒక భాష నుండి వేరే భాషలోకి అనువాదం చేసేటప్పుడు మూల భాష రచయితతో తన రచన గురించి చర్చించి అనువాదం చేయడం గొప్ప అనువాదమని అనుకోవచ్చు. అలా కాకుండా మరణించిన రచయితల, వందల సంవత్సరాల క్రితం రాసిన రచయితల సాహిత్యాన్ని అనువాదం చేయడం అత్యంత కష్టం. మొదటి రకం అనువాదంతో పోల్చుకుంటే రెండో రకం అనువాదంలో చాలా సమస్యలు, లోపాలు ఉండటానికి ఎక్కువ అవకాశం ఉంది. అప్పటి కాలాన్ని, భాషను, బాధను, భావాన్ని అర్థం చేసుకొని అనువాదం చేయాల్సి ఉంటుంది.

'తెల్ల రొమ్ము నల్ల రొమ్ము' పుస్తకంలో నోబెల్ పురస్కారం, జ్ఞానపీట్ పురస్కారం, కేంద్ర సాహిత్య అకాడమీ పురస్కారం, కేంద్ర సాహిత్య అకాడమీ యువ

పురస్కారం పొందిన కవిత్వంతో పాటు అనేక అవార్డులు, పురష్కారాలు పొందిన కవిత్వం ఉంది. దాంతో పాటు ఏ పురస్కారాలు రాని వారి కవిత్వం కూడా ఉంది. అలాగే దాదాపుగా 25 దేశాల, 15 అంతర్జాతీయ, 10 భారతీయ భాషల కవిత్వం పుస్తకంలో పొందుపరిచాను.

నేను చేసిన అనువాదం గొప్పదని, నేను అనువాదం చేసినట్లుగా మరెవరూ చేయలేరని చెప్పే ధైర్యం లేదు, అంతటి సాహసం చేయను కూడా. నాకు నచ్చిన కవితలతో పాటు మరికొంతమంది కవుల కవిత్వాన్ని పుస్తకంలో చోటు కల్పించాలనే ఉద్దేశంతో నచ్చని కవితలను కూడా అనువాదం చేయాల్సి వచ్చింది.

నా అనువాదంలో కొన్నిచోట్ల తప్పులు ఉండవచ్చు, భావ విచ్ఛిన్నం అయ్యి ఉండవచ్చు, సరైన పదాలు ఎంపిక చేసి ఉండకపోవచ్చు, వాక్య నిర్మాణం బలహీనమై ఉండవచ్చు, తేలికగా అర్థం కాకపోవచ్చు. దానికి అనేక కారణాలు ఉంటాయని గమనించాలి. అనేక దేశాల కవిత్వాన్ని అనువాదం చేసేటప్పుడు మూల కవి గొంతు, దృష్టి, భావం కనిపెట్టడంలో

పొరపాట్లు జరుగుతాయి. ఏమైనా గమనిస్తే దయచేసి నాకు తెలియపరచండి.

కొన్ని బాలసాహిత్య కథలను తెలుగు నుండి ఆంగ్లంలోకి అనువాదం చేశాను. ఆ కథలను 'Tiny Treasures' పేరుతో Ukiyoto అనే ప్రపంచ ప్రచురణ సంస్థ ముద్రించింది. తెలుగు నుండి ఆంగ్లంలోకి అనువాదం చేసిన పెద్దల కథలు త్వరలో పుస్తకంగా రావాల్సి ఉంది. అనువాదకుడిగా ఇది నా రెండవ పుస్తకం, ఆంగ్లం నుండి తెలుగులోకి అనువాదం చేసిన మొదటి పుస్తకం.

రాబోయే రోజుల్లో మరింత నాణ్యమైన అనువాదాన్ని మీకు అందిస్తానని హామీ ఇస్తున్నాను.

జీవిత సూచిక

పేరు	: జాని తక్కెడశిల
కలం పేరు	: అఖిలాశ
పుట్టిన తేది	: 08-06-1991
తల్లిదండ్రులు	: టి. ఆశ, టి.చాంద్ భాష
తోబుట్టువు	: టి. జాకీర్ బాషా M.B.A, టి. అఖిల B.B.A
సహధర్మచారిణి	: నగ్మా ఫాతిమా M.COM

విద్యార్హతలు

తొలి చదువు:

1. ఒకటి నుండి తొమ్మిదో తరగతి వరకు నాగార్జున హైస్కూల్, పులివెందుల, వై.ఎస్.ఆర్ జిల్లా.
2. పదవ తరగతి: ఎస్.బి మెమోరియల్ హైస్కూల్, ప్రొద్దుటూరు, వై.ఎస్.ఆర్ జిల్లా.
3. డిప్లమా: E.C.E (ఎలక్ట్రానిక్స్ అండ్ కమ్యూనికేషన్) లయోలా పాలిటెక్నిక్ కాలేజ్ (Y.S.S.R), పులివెందుల.

మలి చదువు:

1. బి.టెక్: E.C.E అమీనా ఇన్స్టిట్యూట్ అఫ్ సైన్స్ అండ్ టెక్నాలజీ, హైదరాబాద్.
2. ఎం.టెక్: E.C.E శ్రీ వెంకటేశ్వర ఇన్స్టిట్యూట్ అఫ్ సైన్స్ అండ్ టెక్నాలజీ, కడప.
3. హిందీ ప్రవీణ: దక్షిణ భారత హిందీ ప్రచార సభ, మద్రాస్.

ఇతర:

1. P.G.D.C.A: టాప్ లైన్ ఇన్స్టిట్యూట్, పులివెందుల.
2. ఇంటర్మీడియట్: APOSS నుండి ఇంటర్మీడియట్ లో బై.పి.సి పూర్తి అయ్యింది.
3. టెక్నికల్ కోర్సులు: C, Oops, C#, Dotnet, SQL server, Oracle, Hardware & Networking, JAVA, JQUERY, HTML, Visual Basic, Amplitude, MS. Office, M.s dos

బోధనానుభవం:

మూడేళ్ళ పాటు పులివెందులలోని టాప్ లైన్ ఇన్స్టిట్యూట్ లో C, C++, Oracle, Hardware and Networking లాంటి కోర్సులను రెండు వేలకు పైగా విద్యార్థులకు భోదించారు.

ఉద్యోగం:

- మొదట సాఫ్ట్వేర్ గా పని చేశారు.
- 2016 నవంబర్-9 నుండి ఇప్పటిదాక ప్రతిలిపి తెలుగు విభాగాధిపతిగా సేవలు అందిస్తున్నారు.

ముద్రితమైన పుస్తకాలు

కవిత్వం

1. అఖిలాశ
2. విప్లవ సూర్యుడు
3. నక్షత్ర జల్లుల్లు (కొత్త సాహిత్య ప్రక్రియ)
4. బురద నవ్వింది
5. మట్టినైపోతాను (యాత్ర కవిత్వ సంపుటి)
6. గాయాల నుండి పద్యాల దాక
7. పరక

దీర్ఘకావ్యాలు:

1. 'వై' (తెలుగు సాహిత్యంలో హిజ్రాలపై రాసిన రెండవ దీర్ఘకావ్యం)
2. ఊరి మధ్యలో బొడ్రాయి (మర్మాంగంపై రాసిన తొలి తెలుగు దీర్ఘకావ్యం)

కథా సంపుటాలు:

1. షురూ (రాయలసీమ మాండలిక ముస్లిం మైనార్టీ కథలు)
2. కట్టెల పొయ్యి కథా సంపుటి.

నవలలు:

1. మది దాటని మాట ('గే' కమ్యూనిటీపై తొలి తెలుగు నవల)
2. రంకు (అక్రమ సంబంధాలపై ముస్లిం మైనార్టీ తెలుగు నవల)
3. దేవుడి భార్య (దేవదాసి వ్యవస్థపై రాసిన నవల) (పుస్తకంగా రాలేదు)
4. జడకోపు (చెక్కభజన కళాకారుడి జీవితాన్ని ఆధారంగా చేసుకొని రాసిన నవల)

5. చాకిరేవు (రజక కులస్తుల జీవితాల మీద రాసిన నవల)

సాహిత్య విమర్శ:

1. వివేచని (యాభై వ్యాసాల విమర్శ సంపుటి)
2. అకాడమీ ఆణిముత్యాలు (కేంద్ర సాహిత్య అకాడమి అవార్డు పొందిన పుస్తకాలపై వ్యాసాలు)
3. కవిత్వ స్వరం (ఆధునిక తెలుగు కవిత్వంపై విమర్శ వ్యాసాలు)
4. శివారెడ్డి కవిత్వం ఒక పరిశీలన

హిందీ:

1. జిందగీ కె హీరే (నానోలు హిందీలో) నానోలను హిందీ సాహిత్యానికి పరిచయం చేసిన మొదటి పుస్తకం.

అనువాదం:

1. Tiny Treasures (22 మంది రచయితల బాలసాహిత్య తెలుగు కథలను ఆంగ్లంలోకి అనువాదం చేశాను)

2. తెల్ల రొమ్ము నల్ల రొమ్ము (ప్రపంచ అనువాద కవిత్వం)

సంపాదకత్వం:

1. మాతృస్పర్శ (160 మంది కవులు అమ్మపై రాసిన కవితలు)
2. తడి లేని గూడు (కథా సంపుటం)

బాలసాహిత్యం:

1. పాపోడు (రాయలసీమ కడప మాండలిక బాలసాహిత్య కథలు, కథలన్నీ పిల్లల సమస్యలపై మాత్రమే రాసినవి)
2. బాలసాహిత్యంలోకి (బాలసాహిత్య విమర్శ వ్యాసాలు)
3. బాలల హక్కులు (బాలల హక్కులపై తొలి తెలుగు బాలసాహిత్య నవల)

ముద్రణకు సిద్ధంగా

తెలుగు:

1. వివిధ పత్రికలలో ముద్రించబడిన బాల సాహిత్య గేయ సంపుటి.

2. డా. ఎన్ గోపి కవిత్వం ఒక పరిశీలన (గోపి కవిత్వంపై వ్యాస సంపుటి).

3. డా. రాచపాలెం చంద్రశేఖర్ రెడ్డి గారి పుస్తకాలపై వ్యాస సంపుటి.

4. ఒక కథా సంపుటి, రెండు కవిత్వ సంపుటాలు.

5. నోబెల్ పురస్కార గ్రహీతల అనువాద కవిత్వ సంపుటం.

ఆంగ్లం :

1. 'Lie' అనే ఆంగ్ల కవిత్వ సంపుటి.

2. 'God's Land & other Stories' కథా సంపుటి.

పురస్కారాలు :

1. సత్రయాగం సాహిత్య వేదిక నుండి 'కవిమిత్ర' పురస్కారం.

2. బాలానందం సాహిత్య సంస్థ నుండి బాలసాహిత్య పురస్కారం.

3. చెన్నైకి చెందిన తెలుగు రైటర్స్ ఫెడరేషన్ నుండి 'తెలుగు-వెలుగు' పురస్కారం.

4. ఉమ్మడిశెట్టి ఉత్తమ కవితా పురస్కారం.

5. కలిమిశ్రీ ఉత్తమ కవితా పురస్కారం.

6. "వై" పుస్తకానికి శ్రీమతి శకుంతలా జైని స్మారక కళా పురస్కారం-2019.

7. 'వివేచని' సాహిత్య విమర్శ సంపుటానికి కేంద్ర సాహిత్య అకాడమీ యువ పురస్కారం.

About the Author

Johny Takkedasila is an Indian Telugu poet, writer, novelist, critic, translator and editor born on 08.06.1991 in Pulivendula, Andhra Pradesh, India. His literary journey, which began as a Telugu poet, has seen the publication of 23 books.

He has received numerous awards for his contributions. The Central Sahitya Akademi Yuva Puraskar for 2023 (National Award) was awarded to ""Vivechani,"" Criticism book in the Telugu language.

His poetry has been featured in many international anthologies, and his stories and poetry have found a place in international magazines. In addition to writing in Telugu, Hindi, and English, he is also involved in translation.

His literary style appears to aim at making readers contemplate and sensitize society through a compelling narrative. His other works Tiny Treasures, Puberty, Kattela Poyyi, SivaReddy Kavitvam Oka Parisheelana and Akademi Aanimutyalu were published by Ukiyoto.

www.ingramcontent.com/pod-product-compliance
Lightning Source LLC
LaVergne TN
LVHW091956210825
819277LV00035B/343
* 9 7 8 9 3 6 2 6 9 8 9 8 8 *